AF527259

నేడే చేయండి

నేను ఒక వ్యవస్థాపకుడిని, బ్లాగర్ ను, పాడ్ కాస్టర్ ను, 2015 నుంచీ నేను నా బ్లాగ్ లో జీవితం, వ్యాపారం, ఉత్పాదనలను గురించి నా అభిప్రాయాలు తెలియజేస్తున్నాను. ఇప్పటివరకూ నాలుగు మిలియన్ పాఠకులు నా వ్యాసాలు చదివారు. 2010 లో మార్కెటింగ్ లో నా మాస్టర్ డిగ్రీ పూర్తి చేస్తున్న రోజులలో మా నాన్నగారితో కలిసి నేను వర్టేక్స్ అనే పేరున ఒక లాండ్రీ టెక్నాలజీ సంస్థ స్థాపించాను.నా పాడ్ కాస్ట్ ప్రదర్శనకు "డారియస్ ఫారో షో" అని పేరు. ఆప్రదర్శనలో నేను రయాన్ హాలిడే, రాబర్ట్ సట్టన్, జిమ్మీ సోని వంటి ఆలోచనా నాయకులను ఇంటర్వ్యూ చేశాను.

నేను ప్రచురించిన పుస్తకాలలో ఇది మూడవది. నా ఇతర పుస్తకాలు:

విన్ యువర్ ఇన్నర్ బ్యాటిల్స్: డిఫీట్ ది ఎనిమీ విథిన్ అండ్ లివ్ విత్ పర్పస్.

థింక్ స్ట్రెయిట్ : చేంజ్ యువర్ థాట్స్, చేంజ్ యువర్ లైఫ్

నేడే చేయండి

వాయిదాలువేసే అలవాటు అధిగమించండి
మీ ఉత్పాదన వృద్ధి చేయండి
సార్థకమైన విజయాలు సాధించండి

డారియస్ ఫోరో

అనువాదం: గర్నెపూడి రాధాకృష్ణ మూర్తి

MANJUL
మంజుల్ పబ్లిషింగ్ హౌస్

First published in India by

MANJUL

Manjul Publishing House

Corporate and Editorial Office

• 2nd Floor, Usha Preet Complex, 42 Malviya Nagar, Bhopal 462 003 – India

Sales and Marketing Office

• C-16, Sector 3, Noida, Uttar Pradesh, 201301 – India

Website: www.manjulindia.com

Distribution Centres

Ahmedabad, Bengaluru, Bhopal, Kolkata, Chennai,
Hyderabad, Mumbai, New Delhi, Pune

Telugu translation of *Do It Today: Overcome Procrastination, Improve Productivity* © 2020 Darius Foroux

English edition first published by Penguin Random House India 2020

This edition first published in India in 2024

ISBN 978-93-5543-894-2

Translator: G.R.K.Murthy

Printed and bound in India by Repro India Limited

విషయ సూచిక

భాగం రెండు : ఉత్పాదన అభివృద్ధి

భాగం మూడు: మేలైన కార్యసాధన

ఈ పుస్తకాన్ని గురించి

ఈ పుస్తకం వ్రాస్తూ ఉండగా నాకు నా ఇ మెయిల్ ప్రొవైడర్ అందుబాటులో లేకుండా పోయింది. నేను నా సాప్తాహిక వార్తా లేఖలు దానిద్వారానే పంపేవాడిని. నా బ్లాగ్ నడవటానికి ఆ ఇ మెయిల్ ప్రొవైడర్ అతి ముఖ్యమైన సర్వీస్. నా బ్లాగ్ ఎంత ముఖ్యమో అదికూడా అంత ముఖ్యం నాకు.

నా లిస్టు ధ్వంసం అయింది. అందుకే నా ఇ మెయిల్ ప్రొవైడర్ నాకు అందుబాటులో లేదు, నా చందాదారులకు (నా న్యూస్ లెటర్ లో చేరే కొత్త సభ్యులకు కూడా నా ఆహ్వాన సందేశం అందటం లేదు) నేను సందేశం పంపలేను. అలా ఎందుకు జరుగుతుంది? మీ ఇ మెయిల్ జాబితాలో చేరిన వారి జాబితాచూసి ఓర్చలేని (వ్యాపార ప్రచారానికి, అవతలివారి రహస్యాలు సేకరించటానికి, వారి వ్యవస్థ గల్లంతు చేయటానికి అనేక మందికి పంపే సందేశాలు శ్పాం అంటారు. ఆ సందేశాలు పంపేవారు శ్పామర్స్) వారు ఆ కొత్తగాచేరేవారి జాబితాధ్వంసం చేస్తారు. వారి జాబితాలో చేరని వారికి నేను ఇ మెయిల్స్ పంపుతూ ఉంటాను. అందుకని ఇప్పుడు నన్ను శ్పామర్ అంటున్నారు. శ్పామర్స్ జాబితా ప్రకటించే వెబ్ సైట్ చెబుతున్న సమాచారం ఇది.

వారి దృష్టిలో నేను ఒక శ్పామర్ ను. నిజంగానా? ఎంతమాత్రమూ కాదు. నా జీవితం నాది. వారంవారం వ్యాసాలూ ప్రచురించటమూ, నా పాఠకులతో సంపర్కం ఏర్పరుచుకోవటమూ నా నిత్యజీవితంలో భాగం. ఇప్పుడు అది నాకు దూరమయింది.

నేను ఈ ప్రొవైడర్ను చేరుకొని పదిరోజులు అయింది. ఆ ప్రక్రియమీద

నేను రాత్రింబవళ్ళు గంటలకొద్దీ సమయం గడిపాను. అదే వ్యంగ్యం.

మామూలు పరిస్థితులలో అయితే ఈ ఘటనమీద నాకు కోపం వచ్చేది. ఎవరో ఒకరు ఇందుకు కారణమని తప్పుపట్టి ఉండేవాడిని. సుదీర్ఘమయిన ఈ ఇ మెయిల్ జాబితా తయారు చేయటానికి నేను చాల సమయం వ్యయం చేశాను. ఆ జాబితానుంచి నన్ను దూరం చేసినందుకు ఒక క్షణం నాకు కోపంతో చిర్రెత్తింది. కాని ఆ తర్వాత ఏం చేశానో తెలుసా?

అప్పుడు ఇంకొక ముఖ్యమైన పని మొదలుపెట్టాను. ఈ పుస్తకం వ్రాయటం మొదలు పెట్టాను.

కేవలం యాదాలాపంగా, నేను తర్వాతి పనికి కదిలాను. జీవితం ఆగదు కదా! అనుక్షణమూ మనం మరణానికి చేరువ అవుతున్నాము.

ఈ నాటి నాకూ మూడేళ్ళ నాటి నాకూ చాలా వ్యత్యాసం ఉన్నదని చెప్పితీరాలి. అప్పుడైతే నేను తప్పులు వెతికేవాడిని. నామీద నాకే జాలి కలిగేది. ఇతరులను తిట్టేవాడిని. ఎన్నడూ సార్థకమైనపని ఏదీ చేసేవాడిని కాదు. కాని క్రమం తప్పకుండా చదవటం, దినచర్య వ్రాయటం, వారం వారం బ్లాగ్ చేయటం ద్వారా నన్ను నేను మార్చుకున్నాను.

ఆ సమయంలో నా జీవన తత్వాన్ని ఒక శిల్పిలాగా రూపు దిద్దుకున్నాను. నా జీవన తత్త్వం రెండేరెండు మాటలలో కుదించవచ్చు. **నేడే చేయండి.**

జీవితం పరిమితమని నేను మీకు ప్రత్యేకంగా చెప్పనవసరం లేదు. సమయం తిరిగిరాదు అనికూడా నేను చెప్పనక్కర్లేదు. ఏ విషయంలోనైనాసరే మనం వ్యయంచేసే ఏ ఒక్క సెకండూ ఎన్నటికీ వెనక్కుతిరిగి రాదు. కాని మీరు అసలు చిత్రం చూడుమని నా సవాలు.

మీరు ఈనాడు చేసేదే ఒక సంవత్సరం తర్వాత, రెండేళ్ళ తర్వాత, పదేళ్ళ తర్వాతనైనాసరే మీ ఎక్కడికి చేరుతారో నిర్ణయిస్తుంది. ప్రతిరోజూ మనకు ఇష్టంలేని పనులు చేస్తూ ఉంటాం. అంటే నేను బిల్లులు చెల్లించటం, టాయిలెట్ కడగటం గురించి చెప్పటంలేదు. నేను చెప్పేది మీ సమయంలో అత్యధికభాగం మీరు ఎలా గడుపుతారు అన్న విషయం. ఆ సమయమే మీ జీవితానికి సంగ్రహ సారాంశం.

నాకు పదమూడు పద్నాలుగేళ్ళ వయసులో నా స్నేహితులతో కలిసి

మొట్టమొదటిసారిగా ఫ్లయిట్ క్లబ్ అనే సినిమా చూశాను. ఆ క్షణం నుంచీ "మీరు మీ ఉద్యోగం కాదు. మీరు మీ దగ్గర ఉన్న డబ్బు కాదు." అన్న వాక్యం నా మనసులో నాటుకు పోయింది. ఆనాడు ఆ సినిమా చూసినందుకు నాకు చాల సంతోషంగా ఉన్నది. ఆతర్వాత నేను ఆ సినిమా డజను సార్లకు పైగా చూశాను. ఆ పుస్తకం కూడా చాలాసార్లు చదివాను. ఆ ఒక్క ఆలోచన స్వతంత్రంగా బతుకుమని నన్ను ప్రోత్సహించింది. నేను నా ఉద్యోగాన్ని కాను. నా బ్యాక్ ఎకౌంట్ నూ కాను.

అవి కాకపోతే, మరి మనం ఎవరం?

గత 17 –18 ఏళ్లుగా నేను ఆ ప్రశ్నమీదనే మననం చేస్తున్నాను. మన చర్యలే మనమని ప్రస్తుతం నా విశ్వాసం. మనం చేసేపనులే మన వ్యక్తిత్వాన్ని ప్రకటిస్తాయని నా అభిప్రాయం. మనం అంటే అదీ.

ఇక్కడ తమాషా ఏమిటంటే మనం అంటే మన ఉద్యోగమే! జీవిక సంపాదించటానికే మనం అధిక సమయం వెచ్చిస్తాం కదా. డబ్బుకోసం మనం సమయం వెచ్చించి వ్యాపారం చేస్తాం. మీకు నచ్చినా నచ్చకపోయినా,ఆపని చేస్తూ మీరు జీవితంలో కొంతభాగం గడపాలి. చాలామంది జీవితాంతమూ అదేపని చేస్తూ జీవితం గడిపేస్తారు. కాని మనలో కొందరు మాత్రం– రేపు మెరుగుగా ఉండాలి అనే ఉద్దేశంతో – ఇప్పుడే అన్నట్లుగా తమ సమయం గడుపుతారు.

కనుకనే నేను ఎప్పుడూ

- చదవటం
- వ్యాయామం
- పెట్టుబడులు
- ఆదా చేయటం
- నా ఆప్తులతో కాలక్షేపం
- నవ్వటం
- విహార యాత్రలు బుక్ చేయటం
- జీవితాన్ని ఆస్వాదించటం

వంటి ముఖ్యమైన పనులు ఈనాడే చేస్తాను. ఆ, బిల్లులు చెల్లించటం కూడా. ఏది ఏమైనాసరే, నేను ముఖ్యమైన పనులన్నీ – రేపు కాదు – ఈనాడే చేస్తాను.

మీకు ఏది ముఖ్యమో తెలుసుకోండి

ఈ పుస్తకం జీవితాన్ని గురించి, ఉత్పాదన సలహాలు, ఇంకా ఇతర సలహాలు పాడిందే పాడరా అన్నట్లు చెప్పటం కాదు. ఆ విషయాలు అన్నీ మన అందరికీ తెలుసు. చేతనున్న సమయంలో మరికొంత సాధించటానికి అక్కడక్కడ నేనూ అయాచితంగా సలహాలు ఇస్తూ ఉండవచ్చు. కాని, ఈ పుస్తకంలో ప్రకరణాలు మాత్రం మీకు జీవితం అంటే మేలైన అవగాహన కలగటానికి నేను ఏరి కోరి తెచ్చినవి.

సుఖజీవితానికి చిట్కా సరళం. జీవితంలో మీకు ఏమి కావాలో స్పష్టంగా తెలుసుకోండి. మిగిలినవన్నీపక్కకు నెట్టండి. ఈ ప్రక్రియ చాలా సరళమే, కాని ఆ విషయాలు తెలుసుకోవటానికి నాకు చాలా సంవత్సరాలు పట్టింది.

ఈ పుస్తకమే నా ప్రయాణం. ఈ పుస్తకంలోని వ్యాసాలు మీరు నా బ్లాగ్ లో కూడా చూడవచ్చు. కాని అక్కడ అవి సరయిన క్రమంలో లేవు. బ్లాగ్ అనేది జీవ సంబంధి. అక్కడ నాకు ఎదురయిన సవాళ్ళను ప్రస్తావిస్తాను. అదే పుస్తకంలో అయితే ఒక లక్ష్యంతో విషయాలు ఒక క్రమంలో ఉంటాయి.

అంతులేని ఆలస్యము అధిగమించటానికి, నా ఉత్పాదన పెంచటానికీ, సార్ధకమైన పనులు చేయటానికీ నా మార్గము, సాధనము ఈ నేడే చేయండి. మీరు కూడా దీనిని స్వంతం చేసుకోవచ్చు.

ఈ పుస్తకం నిర్మాణం

ఈ ప్రయాణంలో మూడు భాగాలు ఉన్నాయి. భాగం ఒకటిలో జీవితంపట్ల మన దృక్పథం మార్చుకునే ప్రయత్నం. ఇక ఆలస్యం ఉండకూడదు. అయ్యో అని చింతించటం ఉండదు. జరిగిన దానికి విచారం ఉండదు.

మా నాయనమ్మ జీవితంలో చివరి కొన్ని సంవత్సరాలు మంచం పట్టింది. జీవితంలో ఆమె చేయని పనులను గురించి ఆమె నిత్యమూ వాపోతూ

ఉండేది. ఆమె చేసిన మంచి పనులను గురించి కూడా చెబుతూ ఉండేది. కాని చింతన, విచారం ఎక్కువపాళ్ళలో, దృఢంగా నడిచేవి. సుముఖ భావనలకంటే విముఖ భావావేశాలే మన మనసును పట్టి ఉంచుతాయని పరిశోధనలు కూడా వెల్లడించాయి.

కనుక, ఎక్కువ పనులు సాధించటానికి మన సమయం ఎలా వినియోగించాలో చెప్పేముందు, మన మనస్తత్వం మీద దృష్టి పెడదాం. భాగం ఒకటి అదే: జడస్థాయి నుంచి క్రియాశీలమైన స్థాయిలోకి అడుగు పెట్టటం. భాగం ఒకటి పూర్తి చేసేసరికి మీరు జీవితాన్ని ఒడిసి పట్టుకొని "నా ఆధీనంలోనే ఉన్నది." అని చెప్పగలస్థాయి చేరటానికి నిర్ణయిస్తారని నా ఆశ.

మీరు మీ జీవితానికి, తద్వారా మీ సమయానికి అధిపతి అయినపుడు మీ సొమ్ముకు సర్వోత్తమ విలువ లభించే పరిపూర్ణ క్షణం అదే. ఉత్పాదన అంటే అదే: సమయం సద్వినియోగం. భాగం రెండు లో అదెలా చేయాలో చెప్పే వ్యాసాలూ సేకరించి ఉంచాను. కేవలం "మీ ఉత్పాదన పెరగాలంటే ఈ పని చేయండి" అని చెప్పటం కాక, అంతకు మించిన భావనలు చూస్తారు. ఉదాహరణకు ఒక వ్యాసం ఒక సంవత్సరంలో 100 పుస్తకాలు చదవటం గురించి చెబుతుంది. ఇది కేవలం ఉత్పాదన మాత్రమే కాదు. ముఖ్యమైన విషయాలలో నేను ఎలా ప్రవర్తిస్తానో చూపుతుంది. మీరు ఏదైనా ఒకపని చేయదలచినపుడు, అక్కడికి చేరే మార్గం కూడా మీరు తెలుసుకొని ఉండాలి. జీవితంలో ఆ మార్గం మనమే కనుక్కోవాలి. ఎక్కువ పుస్తకాలు చదవటాన్ని గురించిన వ్యాసం చదివినపుడు, నా ఆలోచనా విధానం గమనించండి. నా సవాలు నేను ఎలా ఎదుర్కుంటున్నానో గమనించండి. అప్పుడు మీరుకూడా ఆ పథకాలు మీ జీవితంలో అమలు జరుప గలుగుతారు.

చివరికి భాగం మూడులో ఆ బాటనే అంటిపెట్టుకొని ఉండటం ఎలాగో చూపిస్తాను. ఒక వ్యాసం చదివి, ఒక సలహా విని, అది ఒకరోజు పాటించటం సులువే. కాని అది నిష్ప్రయోజనం ఆ చిన్నచిన్న పనులు ప్రతిరోజూ విధిగా చేస్తేనే మనం ముందుకు సాగటం సాధ్యమవుతుంది. ఉదాహరణకు భాగం మూడులో చక్రవృద్ధి శక్తిని గురించి ఒక వ్యాసం ఉన్నది. మీరు చిన్నచిన్న పనులు ప్రతిరోజూ చేస్తూ ఉంటేఅవి జతకూడుతాయి. కాలక్రమేణ అవి దృఢమైన శరీరానికి, మనసుకు, భారీ పెట్టుబడి వ్యాపారానికి, స్వయం సమృద్ధికి బాటలు

వేస్తాయి. ఈ చక్రవృద్ధి విషయంలో మంచివే కాదు , చెడుపనులు కూడా చక్రవృద్ధి చెందుతాయి అని తెలుసుకున్నాను.

ప్రతిరోజూ మీరు తప్పులు వెతికినా,జంక్ ఫుడ్ తిన్నా, వ్యాయామం చేయకపోయినా అవి అన్నీ కూడా చక్రవడ్డీలాగా పెరుగుతాయి. ఒక్క క్షణంలో ఎవరి జీవితమూ నాశనం కాదు. అలా మీరు విని ఉండరు కూడా. నూటికి కోటికి జరిగే విపరీతాలు తప్పించి. కాని మనలో ఎక్కువమందిమి జీవితాన్ని మన చేజేతులా జారవిడుస్తాం. అది ఇవాళ కాదులే అనుకుంటాం. " చేసి ఏమి ప్రయోజనం లే!" అని మన ఉద్దేశం. అక్కడే ఉన్నది అసలు రహస్యం. జీవించటం ఎలాగో మీరు తెలుసుకుంటే జీవితం ఆనందమయం అవుతుంది.

ఈ పుస్తకంలో నేను చూపిన 30 వ్యాసాలూ ఒక సుస్థిరమైన వ్యవస్థగా రూపొందుతాయి. (చదవటానికి అనువుగా ఈ వ్యాసాలూ నేను కిండిల్ కు రూపొందించాను. నేను నేర్చుకున్న కొత్త పాఠాలు, పాఠకుల దగ్గరినుంచి వచ్చిన ప్రతిపుష్టి ఆధారంగా ఈ వ్యాసాలకు మెరుగులు దిద్దాను.)

నేను ఈ పుస్తకంలో వ్రాసిన అలవాట్లు మీరు అలవరుచుకుంటే జీవితంలో మీరు ఎటువంటి సవాలునైనా ఎదుర్కోగలరు. ఇప్పుడు మీరు శక్తివంతులు, జీవితం ఇంతకంటే సులువుగా ఉంటే బాగుండును అని మీరు చింతించ నవసరం లేదు.

నేను ఇది వ్రాస్తున్నపుడు సూర్యుడు తేజోమయంగా ప్రకాశిస్తున్నాడు. బయట ఉష్ణోగ్రత 28 డిగ్రీలు సెల్సియస్ (82 డిగ్రీలు ఫారెన్ హీట్). ఇంట్లో నేను డెస్క్ ముందర చొక్కా లేకుండా కూర్చొని ఉన్నాను. ఆపుల్ మ్యూజిక్ లో చిల్డ్ అవుట్ ఎలక్ట్రానిక్ జాబితా వింటూ ఉన్నాను. "బ్రతుకు బంగారం" అన్నది ఒక్కటే నా ఆలోచన.

బయలు దేరుదాం పదండి మిత్రమా!

– డారియస్

జూన్ 7, 2018

లీవార్డెన్, నెదర్లాండ్స్

ఈ పుస్తకం చదివే పద్ధతి

మీరు చదవటం మొదలు పెట్టబోయే ముందు, పుస్తకం – ముఖ్యంగా ప్రయోగాత్మకమైన ఇటువంటి పుస్తకం – ఎలా చదవాలో నేను నేర్చుకున్న పాఠాలు కొన్ని ఇక్కడ చెప్పాలనుకున్నాను.

1. పుస్తకం చదవటానికి ఎటువంటి నిబంధనలూ లేవు. కనుక, మీరు మీకు ఇష్టం వచ్చిన తీరున చదవవచ్చు.
2. మీకు సంబంధించని భాగాలు వదిలేయండి. పుస్తకం ఆద్యంతమూ చదివితీరాలని నిబంధన ఏమీ లేదు.
3. బాగా గుర్తు ఉండటానికి టెక్స్ట్ హైలైట్ చేయండి, అవసరమనుకున్నచోట నోట్స్ వ్రాసుకోండి.
4. చదవటానికి మునుపు పుస్తకం తిరగేయటం ప్రయోజనకారి. నేను తరుచు పుస్తకం తిరగేస్తాను. అప్పుడు ఏది క్షుణ్ణంగా చదవాలో, ఏది దాటవేయవచ్చునో తెలుస్తుంది. కొన్నిసార్లు ఏదీ దాటవేయటానికి వీలు ఉండదు. కొన్ని సార్లు సగం పుస్తకం దాటేస్తాను.
5. మీ జీవితం మార్చటానికి ఒక్క ఆలోచన చాలు. ఒక పుస్తకం మీకు ఒక్క మంచిసలహా ఇవ్వగలిగితే, మీ సమయానికి తగిన విలువ దొరికినట్లే.

మీ పఠనం సార్ధకం కావాలని ఆశిస్తూ...

భాగం ఒకటి

ఆలస్యం అధిగమనం

"ఇవాళ తప్పించుకున్నంత మాత్రాన
మీ బాధ్యత రేపు తప్పించుకోలేరు"

– అబ్రహాం లింకన్

రేపు కాదు, నేడే చేయండి

ఒక నిర్ణయం వాయిదా వేసినపుడు, స్నూజ్ బటన్ నొక్కినపుడు, జిమ్ కు వెళ్ళటం మానినపుడు, చెయ్యబుద్ధి పుట్టక పనులు పూర్తిచేయనపుడు ఎడతెగని వాయిదాలకు నా దగ్గర ఒక సంజాయిషీ సిద్ధంగా ఉండేది.

నేను అలిసి పోయానని నాకు నేనే చెప్పుకునేవాడిని. లేదా రేపు చేయ వచ్చులే అని చెప్పుకునేవాడిని. మీరు వాయిదావేస్తే ఎవరికి పట్టింది? కదా!

కాని, మీరే పట్టించుకోవాలి. ఎందుకు? మీ జీవితానికి బాధ్యులు మీరే కాబట్టి! మనరు సమస్యలు ఎదురైనపుడు ఇంద్రజాల పరిష్కారాలకోసం ఉత్పాదన కిటుకులు, యాప్స్, టూల్స్ దిశగా తిరుగుతాం. అంటే అక్కడకూడా మనలోపాలను బయటి వస్తువులమీద రుద్ది, వాటిని తప్పుపడుతున్నాం అన్నమాట.

- "కాదు, అది నాతప్పు కాదు. నా ల్యాప్ టాప్ పాతది. అది ఎందుకూ పనికి రాదు. దానితో పనిచేయటం నావల్ల కాదు."
- "ఈ ఆఫీసులో అంతా రణగొణ ధ్వని."
- "అందరూ నన్ను కాల్ చేస్తూ ఉంటారు, లేకపోతే ఇ మెయిల్ చేస్తూ ఉంటారు."
- "నాకు ఎప్పుడూ తీరిక దొరకదు."

వాయిదాలు వేయటం అంతా అంతర్యుద్ధం. నా వ్యక్తిగత జీవితంలో అనేక ఉదాహరణలు ఉన్నాయి. 2013 లో నా వృత్తి, ఉద్యోగాలరు మొండిగోడ

ఎదురయిందని పించింది. అంతకు రెండేళ్ళ క్రితం నేను మా నాన్నతో కలిసి ఒక సంస్థ మొదలు పెట్టాను. రెండేళ్ళ తర్వాత నాకు మనశ్శాంతి కరువైంది. ఇంకా నేర్చుకోవాలని, ఇంకా ఏదో చెయ్యాలని నా ఉబలాటం.

అందుకు నేను కొంత స్వేచ్ఛా జీవనం సాగించాను. వెబ్ సైట్లు నిర్మించాను. కాపీ రైటింగ్ చేశాను. మార్కెటింగ్ చేశాను. కొంత డిజైన్ పని కూడా చేశాను. కాని అది ఫలించలేదు. ఎందుచేత? కష్టమైన పని నేను ఎన్నడూ చేయలేదు. ఆ కష్టమైన పనులు తప్పించుకోవటానికి ఉద్యోగం వెతుక్కున్నాను.

మనం అందరమూ తప్పించుకు తిరిగే వాళ్ళమే

ఒక వ్యాపారం నడపటం, ఒక జీవిక నెట్టుకురావటము కష్టసాధ్యమైన పనులు. మీకు క్లయంట్లు ఇంకా కావాలి. మీకు ఇంకా ఎక్కువ పని కావాలి. మీకుబొట్టు కాటుక పెట్టి వాటిని సమర్పించటానికి ఇక్కడ ఎవరూ సిద్ధంగా కూర్చోలేదు. మీ తిప్పలు మీరు పడాలి. మీ వ్యాపారం పెరగాలంటే కంటెంట్ మార్కెటింగ్ చేస్తారో, ఒక్కొక్కరికీ అమ్మకాలు చేస్తారో, నెట్ వర్కింగ్ చేస్తారో, ఇంకా ఏమి చేస్తారో అంతా మీ ఇష్టం. అంతా మీ చేతిలో ఉన్నది.

సంస్థాపరంగా నిచ్చెన ఎగబాకాలంటే మీరు పరిచయాలు పెంచుకోవాలి, వ్యూహాలు రచించాలి. మీ లక్ష్యాలు అధిగమించి సాధించాలి. మీరు చేసే ప్రతి ఒక్కపనీ ఘనంగా చేయాలి.

మీరు చేయవల్సింది అదీ. అవునా! ఇవన్నీ మన అందరికీ తెలిసిన విషయాలే.తెలియకపోతే త్వరలోనే తెలుసుకుంటారు. పనిలో రాణించాలంటే రహస్యమేమీ లేదు. కాకపోతే మనం పని తప్పించుకునే మార్గాలు వెతుకుతాం. మన వాయిదాలకు మూలకారణం అదే. ఏమి చేయాలో మీకు బాగా తెలుసు. కాని మీరు చేయరు. దానికి బదులు ఒక కొత్త సైట్ తలుపు తెరిచి పనికి మాలిన వార్తలన్నీ చదువుతూ ఉంటారు. లేదా ఇన్స్టాగ్రాం తెరుస్తారు. అందులో ఒక్కబొమ్మకూడా మీకు నచ్చకపోయినా, అది బ్రౌజ్ చేస్తూనే ఉంటారు. ఎందుకని? మీ జీవితం అంటే మీకు ద్వేషం. లేదంటే మీరు జారా, హెచ్ ఇ ఎం, నెట్ – ఎ – పోర్టర్, మిస్టర్ పోర్టర్ లేకపోతే మీకు నచ్చిన ఆన్ లైన్ షాపింగ్ బ్రౌజ్ చేస్తూ కాలక్షేపం చేస్తారు.

అప్పుడూ - కొంతవరకు ఇప్పుడు కూడా - అదే నా ఆత్మకథ. ఉదాహరణకు ప్రస్తుతం నేను ఒక కొత్త పుస్తకం రచన ప్రారంభించాను. ఆ పుస్తకం దేనిని గురించో నాకు బాగా తెలుసు. దానికి పేరు కూడా నిర్ణయించాను. కాని రాయటం కూడా నాకు కష్టమైన పనే! చాలా కష్టమైన పని!

కనుక ఉపశమనం కోసం చూస్తాను. ఇ మెయిల్స్ జవాబు ఇస్తాను. వ్యాసాలు చదువుతాను. కాఫీ తాగటానికి వెళ్తాను. ఆన్ లైన్ షాపింగ్ చేస్తాను. నా వ్యాపారంలో పునరావృతం అయ్యే పనులు చేస్తూ ఉంటాను. అంటే నేను అకటవికటంగా వ్యవహరిస్తున్నానని కాదు. నాతోనేనే పోరాడుతున్నాను. స్టీవెన్ ప్రెస్ ఫీల్డ్ "ది వార్ ఆఫ్ ఆర్ట్ " అన్న రచన చేశారు. అది ఒక కళాఖండం. అందులో ఆయన ఈ పోరాటాన్ని అంతరంగ శత్రు నిరోధం అంటారు. ఈ పోరాటాన్ని గురించి ఆయన అంటారు:

"ఈ నిరోధం నిత్య అసత్యవాది. సదా మలమయం."

రేపు కాదు, నేడే చేయండి

నాకు నేను ఎప్పుడూ అది గుర్తు చేసుకుంటూ ఉంటాను. మీరు వాయిదా వేశారంటే, అది రేపు చేస్తామంటారు. ఎప్పుడూ అదేమాట. నేను ఇంకా అలాగే ఉన్నాను. అది మనలో జీర్ణించుకు పోయిందనుకుంటాను. మూడేళ్ళ క్రితం నాటికీ, ఈ నాటికీ నాలో వచ్చిన మార్పు చాలా స్వల్పం కాని చాలా సరళం: సఫలము, ఆనందమయము, సార్ధకము అయిన జీవనానికి నేను ఒక క్రమం అనుసరిస్తాను.

ఆనాడు పని ఎలా సాధించుకు రావాలో నాకు ఆవగింజ అంత అవగాహన కూడా లేదు. మొదలు పెట్టిన పని వదిలివేసే వాడిని. అనవసరంగా ఇరుక్కుపోయినట్లు అనిపించేది. పని చూస్తేనే ఏడుపు వచ్చేది. నిరాశ కలిగేది. కాని ఇపుడు నా సవాళ్లు ఎదుర్కోవటానికి ఒక మార్గం కనుక్కున్నాను. అది ఏమిటంటే:

- **ప్రతిరోజూ మానసిక పటిమకు వ్యాయామం కల్పిస్తాను.** నేను నా మెదడును నిర్లక్ష్యం చేశేవాడిని. మానసికంగా నేను బలహీనుడిని.

విపరీతంగా ఆలోచించేవాడిని. నామీద నాకే నమ్మకం ఉండేది కాదు. అంటే నాలో నైపుణ్యాలు లోపించాయనికాదు. విషయాలు అవగాహన చేసుకోవటంలో నా సామర్ధ్యాన్ని నేనే శంకించాను. అప్పుడు నిర్వికారత, వ్యవహారజ్ఞానం, అప్రమత్తతలను –మీ ఆలోచనలకు ఒక కళ్ళెం వేసి, మానసిక స్థైర్యాన్నిమెరుగు పరచటానికి – గురించి చదవటం మొదలు పెట్టాను. నేను నా ఆలోచనలకు బానిసను కాకూడదు. అందుకు విపర్యయంగా ఉండాలని నా కోరిక.

- **ప్రతిరోజూ శరీర వ్యాయామం చేస్తాను.** వ్యాయామం చేయకపోతే నాకు శాంతిలేదు. నా ఏకాగ్రత, నా శక్తి, నా ఆత్మవిశ్వాసం అన్నీ గాలిలో కలిసి పోతాయి. మానసికంగా, శారీరకంగా వ్యాయామం చేసినందువల్ల నేను సదా యుద్ధసన్నద్ధుడుగా ఉంటాను. యుద్ధం పోరాటానికి మునుపే వాయిదాల అలవాటు మానుకోవాలని తెలుసుకున్నాను. శిక్షితులుకాని సైనికులు యుద్ధానికి వెళ్లరు కదా! కనుక మానసికంగా, శారీరకంగా సర్వదా ఘనమైనస్థాయిలో ఉండండి. సర్వదా!
- **నా జీవితం నియంత్రించు కోవటానికి నాకు కొన్ని దినసరి అలవాట్లు ఉన్నాయి.** నేను అవసరమైనవి వ్రాసి పెట్టుకుంటాను. చదువుతాను. రోజులో చేయవలసిన ముఖ్యమైన పనుల క్రమం నిర్ణయిస్తాను. అనవసరమైన సమాచారం దగ్గరికి చేరనివ్వను. నా కుటుంబము, స్నేహితులతో ప్రతిరోజూ తప్పకుండా కాలక్షేపం చేస్తాను. మనుషులతో సంపర్కం చాలా ముఖ్యం. అది నన్నువాస్తవానికి చేరువగా ఉంచుతుంది. జీవితంలో నాకు అత్యాశ అంటూ ఏమీ లేదు. ఏరోజుకారోజు సంతోషంగా గడుపుతాను. అంతకు మించి చూడను.
- **నేను పూర్తిచేయవలసిన చిన్నచిన్న (కాని ముఖ్యమైన) పనుల జాబితా ఒకటి ఎప్పుడూ నా చెంత ఉంటుంది.** ఉదాహరణకు నా కొత్త పుస్తకమే తీసుకోండి. కూర్చొని వ్రాయటం వంటి కష్టమైన పనులు తప్పించుకోవాలని చూస్తాను. కనుక ఈరోజు మంచిది కాదని నాకు నేనే చెప్పుకుంటాను. ఆ ఆలోచన వచ్చినప్పుడల్లా, నా చేయవలసిన పనుల జాబితా తెరుస్తాను. వాటిలో ఒకటి నేడే చేస్తాను.

- **నా సందేశం అర్థం చేసుకోవటానికి నేను అనునయ శాస్త్రం అధ్యయనం చేస్తాను, అభ్యసిస్తాను.** "నువ్వు ఈ ప్రపంచంలోనే ఉతమోత్తమ రచయితవు, ఆచార్యుడివి కావచ్చు. కాని ఆ విషయం ఎవరికీ తెలియకపోతే, నువ్వు సంచలనం ఏమీ కలిగించలేవు." ఇది నా ఉపదేశకులు నాకు బోధించిన పాఠం. మేలైన వ్యాసాలూ, లేఖలు, వెబ్ సైట్ కాపీ, ఇ మెయిల్ వ్రాయటానికి మీ అనునయ శాస్త్రం తోడ్పడుతుంది.

కాని ఈ వ్యూహానికి పునాదులు వేయటానికి సమయం కావాలి. అక్కడ చేయవలసింది ఇంకా చాలా ఉన్నది. కాని ఇది మంత్రము, తంత్రము మాత్రం కాదు.

అయితే సార్ధకమైన జీవనం సులువైన విషయం కాదు. ఇది సాంకేతికత, చాకచక్యాన్ని గురించి ఎంతమాత్రము కాదు. మీ జీవితం, మీ వ్యాపారం, మీ జీవిక నిర్మించి వృద్ధిచేయటానికి తగిన పాలనీయమైన వ్యవస్థ. సార్ధకమైన జీవనానికి మీ ఏర్పాటు ఏమిటి?

అది ఏమైనా సరే: ఆ **పనినేడే చేయండి.** రేపు కాదు.

ఏకాగ్రం చేయలేనపుడు నేనేం చెస్తాను

మీ పనులు పూర్తి చేయటానికి మీరు కిందామీదా పడతారా? నోటీసులతో, పిచ్చాపాటీ మాట్లాడటంలో, అనుకోకుండా ఎదురయ్యే పనులతో మీ ధ్యాస పరధ్యాస అవుతున్నదా? అలా ఐతే మీరూ నేనూ ఒకటే! ఎందుకంటే ఒకే విషయం మీద మనసు లగ్నం చేయటం చాలా కష్టమైన పని. మన పనికి ఏదో ఒకటి అడ్డం వస్తూ ఉంటుంది కదా!

- బయటి మనిషి
- ఫోన్ కాల్
- మీటింగ్
- అనవసరమైన అత్యవసరం
- మీ పిల్లి
- పొరుగువారి పిల్లి
- క్రితం రాత్రి శ్రీ ఔజు ఆటను గురించిన వార్తలు

అవును మనం వీటన్నిటినీ సాకులుగా చూపించవచ్చు. కాని అది అంతా నాటకం. మీ ఇష్టం లేకుండా అవి మీకు అడ్డం రాలేవని మీకు బాగా తెలుసు. అంటే, మీకు పరధ్యాస కలిగిన ప్రతి ఒక్కసారీ మీరే మరెవరికో, మరి దేనికో మీ మనసులో చోటు ఇస్తున్నారన్నమాట. భయంకరం. కదా!

అంతరాయాలపట్ల నా దృష్టి అదీ. కాని నా ధ్యాస స్థిరంగా ఉందని నేను ఒప్పుకోని తీరాలి. కొన్నిసార్లు నేను లొంగిపోతాను. అది మంచిదికాదు.

పిచ్చాపాటీవల్ల, రోజుకు 439 సార్లు ఇంస్టాగ్రాం చూసినందువల్ల, 49 యు ట్యూబ్ వీడియోలు చూసినందువల్ల, వికృతవార్తల వ్యాసాలు చదివినందువల్లా జీవితంలో మీకు ఏమీ ప్రయోజనం ఉండబోదు. మరి మీ ఏకాగ్రత మెరుగుపరచటానికి ఏమి చేయాలి? ముఖ్యమైన విషయాలమీద మనసు నిలవనప్పుడు నేను రెండు పనులు చేస్తాను.

1. తీసెయ్ తీసెయ్ తీసెయ్

మనం ప్రతిరోజూ ఏదో ఒక చెత్త పోగుచేస్తూనే ఉంటాం. నేను చెప్పేది మీరు కొనే వస్తువులను గురించి, కొత్త బట్టలు, వంట సామాను, ఇంటి అలంకరణ వస్తువులు, ఆటవస్తువులు, పరికరాలు ఇంకా, ఇంకా. అలాగే మనం ఆలోచనలు కూడా పోగుచేస్తూ ఉంటాం. ఆ విషయం ఎప్పుడైనా ఆలోచించారా? మనకు ఎన్నెన్నో భావాలు ఎదురవుతూ ఉంటాయి. వాటిలో కొన్ని దత్తత తీసుకొని, తర్వాత వాటిని మన స్వంతం చేసుకుంటాం. యు ట్యూబ్ వీడియోలు ఇంకా చాలా తయారు చేయుమని నాకు చాలామంది సలహా ఇచ్చారు. నా కుటుంబం, స్నేహితులు, నా సహచరులు, పాఠకులు, విద్యార్థులు – అందరికీ ఆలోచనలు ఉంటాయి కదా మరి! సహాయం చేద్దామనే వారి అందరి సదుద్దేశం.

అలాగే నేనూ నా ఆలోచనలు ఇతరులకు చెబుతూ ఉంటాను. మీ జీవితం, మీ ఉద్యోగం, మీ బాంధవ్యాలు ఎలా మెరుగు పరుచుకోవచ్చునో అన్న భావాలు. ఇది మనమందరమూ చేసే పనే. అందులో తప్పేమీ లేదు. కాకపోతే ఎదుటివారు చెప్పేదాన్ని వడకట్టక పోతేనే సమస్య ఎదురవుతుంది. నేను యు ట్యూబ్ వీడియోలు చేయాలని జనం చెప్పినది విన్నతర్వాత, "అవును, నేను యు ట్యూబ్ వీడియోలు తయారు చేయాలి." అని నాకు నేనే చెప్పుకున్నాను.

గత ఆరునెలలుగా ఆ విషయాన్ని గురించి నేను చాలా ఆలోచించాను. అందుకు తగిన వ్యూహం రచించటానికి కూడా చాలా సమయం వెచ్చించాను. "నేను దేనిని గురించి వీడియోలు తయారు చేయాలి? వాటిని ఎక్కడ రికార్డ్ చేయాలి? వాటిని ఎలా ఎడిట్ చేయాలి? దానికి ఎలాంటి సంగీతం జోడించాలి?" ఈ విషయాలను గురించి నేను చాలా తర్జనభర్జనలు చేశాను. ఆ తర్వాత ఇటీవలనే ఒక వీడియో తయారుచేసి విడుదల చేశాను. దానికి

మంచిస్పందన కూడా వచ్చింది. కాని ఇక్కడ ఒక సమస్య ఏర్పడింది: దానిమీద చాలా ధ్యాసపెట్టి చాలా సమయం వెచ్చించాలి. అప్పుడు నా రచనా వ్యాసంగానికి, పాడ్ కాస్టింగ్ కు, కొత్త కోర్సులు తయారు చేయటానికి సమయం చాలదు.

కాని నా ఆసక్తి అంతా వాటిమీదనే. నేను బ్లాగ్ మొదలు పెట్టటానికి ఒక కారణం ఉన్నది: నాకు వ్రాయటం అంటే ఇష్టం. నేను బాగా వ్రాయగలను కూడా. కనుక యు ట్యూబ్ వీడియోలు తయారు చేయటంకంటే ఆ పని నాకు సులువు. యు ట్యూబ్ వీడియోలు తయారు చేయటంలో నా ప్రావీణ్యం అంతంత మాత్రమే. అంతేకాదు, వ్యాసాలూ, పుస్తకాలు, ఆన్ లైన్ కోర్సులకు వస్తువు, వ్రాయటం అంటే నాకు మహా సరదా. అప్పుడు పని ఎంత కష్టంగా ఉన్నా, కష్టమనిపించదు. యు ట్యూబ్ వీడియోలు తయారు చేస్తున్నపుడు నాకు చాలాసార్లు విపరీతమైన విసుగు కలిగేది. దానివల్ల నా ఏకాగ్రత భంగమయింది, నా పని నాణ్యత దెబ్బతిన్నది. నాకు పరధ్యాస కలిగినపుడు ఏం చేశాను?

> *"నా మనసు సులభంగా లగ్నంచేయాలంటే నా జీవితం చాలా సరళం కావాలి. అందుకు నేను నా దారినుంచి తొలగించవలసిన అంశాలు ఏమిటి?" అని నన్ను నేనే ప్రశ్నించు కున్నాను.*

ఇక్కడ నేను యు ట్యూబ్ మీదినుంచి నా ధ్యాస మళ్ళించాను. జీవితంలో చాలా విషయాలలో నేను ఈ నిష్కాసన పద్ధతి ప్రయోగిస్తాను. అదే ముఖ్యమైన పథకం. సంవత్సరాల తరబడి మనం అనవసరమైన లగేజ్ చాలా కూడబెడతాం.

- భావాలు
- ప్రాజెక్ట్ లు
- పని
- వస్తువులు
- వగైరా

మనసు నిలపటానికి మీరుకూడా అవస్థ పడుతూ ఉంటే ఈ పద్ధతి ప్రయత్నించండి. మీ జీవితం సరళం చేసుకోండి. అప్పుడు జీవనం సుగమం

అవుతుంది. ఇక్కడే మనం నిజాయితీగా వ్యవహరించాలి. అసాధ్యమైన జీవనం ఎవరు కోరుకుంటారు? మామూలుగానే జీవితం కఠిన సమస్యలమయం. దానిని ఇంకా దుర్భరం చేసుకోవటం ఎందుకు?

2. గతంలోని సఫలత దర్శించండి

గతంలోని సఫలత, తద్వారా కలిగిన ఆనందం గురించి ఆలోచిస్తే, మనలోని కణాలు సెరోటోనిన్ అనే రసాయనాన్ని ఉత్పత్తి చేస్తాయి.

ఈ సేరోటోనిన్ రసాయనం మన శరీరంలోని ప్రతి ఒక్క భాగాన్నీ ప్రభావితం చేస్తుంది. మన శరీర అవయవాలు పనిచేసే విధానంలో ఈ సెరొటోనిన్ చాలా ముఖ్యపాత్ర వహిస్తుంది. అంతేకాక సెరొటోనిన్ మన నిరాశను, స్తబ్దతను తగ్గించటంలో సాయపడుతుంది. మన లైంగిక వాంఛ వృద్ధిచేయటానికి, మన చిత్తవృత్తిని స్థిరపరచటానికి, నిద్ర నియంత్రించటానికి, ఆదుర్దా క్రమబద్ధం చేయటానికి తోడ్పడుతుంది.

మన ఆరోగ్య విషయంలో కూడా సెరొటోనిన్ చాలా ప్రముఖపాత్ర వహిస్తుంది. మీ ఏకాగ్రతకు సెరొటోనిన్ ఎందుకు అవసరమో చూడండి. మన సంతృప్తిలో ఆలస్యాన్ని, ఆతృతను సెరొటోనిన్ నియంత్రిస్తుంది. సెరొటోనిన్ చర్య మందగిస్తే, మీ ఏకాగ్రత మందగించటమే కాదు, మనసు ఏకాగ్రం కాకపోవచ్చు కూడా. మీరు మీ పథకాలను అనుసరించి పనిచేయటం లోపిస్తుంది.

మీరు ఏకాగ్రత కోల్పోతున్నారంటే మీ సెరోటోనిన్ చర్య మంద గించిందన్నమాట. అప్పుడు మీరు బయటికి వెళ్ళటం, తాగటం, షాపింగ్ చేయటం, చూస్తూ కూర్చోవటం, లైంగికచర్యలలో పాల్గొనటం, మరేదైనా తాత్కాలిక ఆనందం కలిగించే విషయాలలో పాల్గొంటున్నారంటే కారణం అదే.

మీ ఏకాగ్రత పెరగాలంటే, మీ సెరోటోనిన్ చురుకుదనం పెరగాలి. వ్యాయామంవల్ల సెరొటోనిన్ చురుకుదనం పెరుగుతుందని పరిశోధనలు వెల్లడిస్తున్నాయి. కాని, మరొకటి అంతే ప్రభావం చూపగలిగినది అంతకంటే చాలాసులువైనది, మరొకటి ఉన్నది. అది సరళమైన ఒక మానసిక వ్యాయామం.

మీరు చేయవలసినదల్లా, గతంలో జరిగిన సుముఖ సంఘటనలు గుర్తుచేసుకోవటమే.

అలెక్స్ కోర్బ్ యూనివర్సిటీ ఆఫ్ కాలిఫోర్నియా, లాస్ ఏంజలిస్ లో న్యూరో సైంటిస్ట్. ఆయన అప్వర్డ్ స్పైరల్ అనే పుస్తకం రచించారు. సుముఖ సంఘటనలు గుర్తు చేసుకోవటం ఏకాగ్రతకు ఎలా సాయపడుతుందో ఆయన వివరిస్తారు:

> *"సెరొటోనిన్ స్థాయి పెంచటానికి మీరు చేయవలసినదల్లా మీ జీవితంలో జరిగిన సుముఖ సంఘటనలు గుర్తుచేసుకోవటమే. ఈ సులువైన చర్యవల్ల యాన్టీరియర్ సింగ్యులేట్ కార్టెక్స్ లో సెరొటోనిన్ ఉత్పత్తి పెరుగుతుంది. మన ధ్యాసను ప్రి ఫ్రంటల్ కార్టెక్స్ కంట్రోల్ చేస్తుంది. సింగ్యులేట్ కార్టెక్స్ ఈ ప్రి ఫ్రంటల్ కార్టెక్స్ వెనక ఉంటుంది."*

సెరొటోనిన్ తో బాటు మీ ఏకాగ్రతకూడా వృద్ధి చెందుతుంది. ఏతావాతా మీరు చేయవలసింది అదీ. అది ఆషామాషీగా ధ్వనించవచ్చు. కాని ఏదైనా చెడిపోతే సరిచేయవలసింది మనమే కదా!

నేను మనసు నిలపలేకపోతే అక్కడ ఏదో సమస్య ఉన్నదనీ, దానికి తక్షణ పరిష్కారం అవసరమనీ నా తీర్మానం. జీవితంలో సమస్యలు ఉన్నాయని తెలియకుండానే కొంతమంది జీవితం గడిపివేస్తూ ఉంటారు.

- రెండు నిమిషాలకు ఒకసారి మీ ఫోన్ చెక్ చేయటం సాధారణం.
- నిరంతరమూ కబుర్లతో కాలక్షేపం చేయటం సాధారణం.
- విసుగు కలగటం సర్వసాధారణం.

జీవితం మీద మనసు నిలపండి. మీకు ఏది ముఖ్యమో ఆలోచించండి. అప్పుడు ఆపని చేయండి. ధ్యాస మరల్చకండి. అదేబాటన కొనసాగండి.

శుభం భూయాత్

సాగతీత జయించటం ఎలా (శాస్త్రీయంగా)

ఈ సాగతీత ఆధునిక నాగరికత మొదలైననాటినుంచీ అంటిపెట్టుకొని ఉన్నది. హెరోడోటస్, లేనార్డో దా విన్సి, పాబ్లో పికాసో, బెంజమిన్ ఫ్రాంక్లిన్, ఎలీనార్ రూజ్ వెల్ట్ వంటి చారిత్రాత్మక వ్యక్తులు, ఇంకా వందలమంది ఇతరులు ఈ సాగతీత ఫలితాలకు ఎలా విరోధి అవుతుందో పలువిధాల చెప్పారు. సాగతీతను గురించి అబ్రహాం లింకన్ చెప్పిన మాటలు నా అభిమాన పదాలు:

> *"ఈ రోజు తప్పించుకున్నంత మాత్రాన, మీ బాధ్యత రేపు తప్పించుకోలేరు."*

సాగతీతను గురించిన విశేషమేమిటంటే అది మన అందరికీ తెలుసు. వాయిదాలు వేయుటం ఎవరు కోరుకుంటారు? ఆ పని ఎవరికీ ఇష్టం ఉండదు. నాకూ అంతే. కాని, నా ఆత్మకథ అంతా సాగతీతే. నేను కాలేజ్ లో ఉన్నపుడు ప్రతి సెమెస్టర్ లోనూ ఇదే జరిగేది:

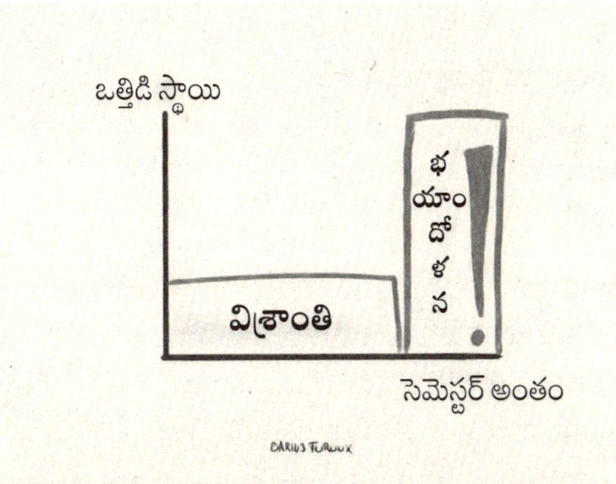

సెమెస్టర్ మొదట్లో నా అంత ప్రశాంత మనస్కులు ఈ భూమిమీద ఉండరు. తిరిగి రావటం, ఆనందించటం, విశ్రాంతి. అంతా ఆనందసందోహం. ఒత్తిడి అంటే ఏమిటో నాకు తెలిసేది కాదు. కాని పరీక్షలు ఇంకొక వారం ఉన్నాయనగా...నా చేష్టలు విపరీతం అవుతాయి.

"ముందుగా ఎందుకు మొదలు పెట్టలేదురా బడుద్ధాయి?" నన్ను నేనే తిట్టుకుంటాను.

అప్పుడు నా వికార అవతారం మొదలవుతుంది. రెండు రెడ్ బుల్ డబ్బాలు, తాళం వేసిన రూమ్ లోపల నేను. చదువుతుంటే ఏడుపు. పరిశోధన చెప్పేది సరిగ్గా అదే: మీరు వాయిదాలు వేసినపుడు తాత్కాలికంగా మీకు సరదాగా ఉండవచ్చు. అసలు నాట్యం ఆ తర్వాత మొదలవుతుంది. మీరు ఎందుకు వాయిదాలు వేశారనేది ఇక్కడ అప్రస్తుతం. కొందరికి గడువు తేదీలు తెచ్చిపెట్టే ఒత్తిడి అంటే ఇష్టం. కొందరికి తప్పుతామేమోనన్న భయం. కనుక ఆఖరి క్షణం వరకూ ఆలస్యం చేస్తారు.

వాయిదాలు వేశే ఈ పెద్దలందరికీ ఒక సామాన్య భారం ఉన్నది. అదే – వాయిదాలకు చెల్లించవలసిన మూల్యం. ఈ అధ్యయనం విస్తారంగా ఉదాహరించ బడింది . ఇది అమెరికన్ సైకలాజికల్ సొసైటీ జర్నల్ లో ప్రచురణ అయింది. డయాన టైస్, రాయ్ బౌమైస్తర్ ఈ అధ్యయనం రచయితలు. ఆ వ్యాసం చర్చించిన అంశాలు:

- నిరాశ
- నిర్హేతుకమైన నమ్మకాలు
- ఆత్మన్యూనత
- ఆదుర్దా
- ఒత్తిడి

వాయిదాల పద్ధతి అమాయక ప్రవర్తన కాదు. ఆత్మనియంత్రణ లోపానికి అది సంకేతం. పరిశోధకులు ఈ వాయిదాల పద్ధతిని తాగుబోతుతనంతో, మాదకద్రవ్యాల అలవాటుతోనూ పోలుస్తారు. అది తీవ్రమైన దురలవాటు. చాలా సంవత్సరాలు నేను స్వయంగా అనుభవించాను.

కాలేజ్ నుంచి బయట పడిన తర్వాత కూడా ఏదైనా పని మొదలుపెట్టి

పూర్తి చేయటానికి నేను చాలా సంవత్సరాలు నానా అవస్థలు పడ్డాను. ఈ వాయిదాలువేసే అలవాటు నరనరాలలోను జీర్ణించుకు పోతుంది. దానిని వదిలించుకోవటం తేలికైన పని కాదు. నాకు వ్యాపారం మొదలు పెడదామనే ఆలోచనకలిగిన ప్రతిసారీ ఇలా జరిగేది:

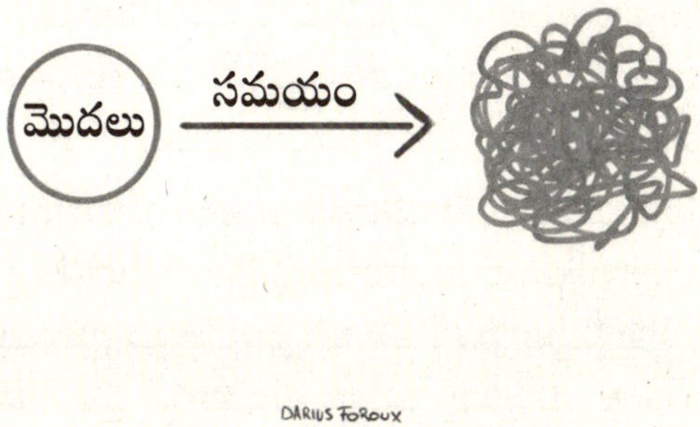

నాకు ఒక ఆలోచన, ఒక లక్ష్యము కలిగిన ప్రతిసారీ మొదలు పెడతాను. కొంత ముందుకు సాగుతాను. అక్కడ అవకతవకలు జరుగుతాయి. అంతా కలగాపులగం అవుతుంది. పరధ్యాస, ఇతర ఆలోచనలు, ఇతర అవకాశాలు, వైఫల్యం, విముఖ ఆత్మభాషణ, అన్నీ అడ్డు తగులుతాయి. ఫలితం సర్వదా ఒకటే: ఎన్నడూ ఏదీ మీవల్ల కాదు.

వాయిదాలమీద విజయం

నామటుకు నాకు, డయాన టైస్, రాయ్ బౌమైస్టర్ ల అధ్యయనంలో కీలకమైన విషయంగా తోచింది ఏమిటంటే:

> *"ఇంతవరకు ఉన్న నిదర్శనాలను అనుసరించి వాయిదాలు వేశేవారు చేతనున్న పని చేయటానికి బదులు తాత్కాలిక ఆనందంలో గడుపుతారు. గడువుతేదీల ఒత్తిడి నెత్తిన పడేవరకూ అలా సాగుతుంది. అప్పుడు గత్యంతరం లేక పనిలోకి దిగుతారు. అంటే ఆత్మనియంత్రణ లోపంవల్ల ఈ వాయిదాల అలవాటు*

కలుగుతుంది. బాహ్య శక్తులు ఒత్తిడి చేసేవరకూ ఆత్మనియంత్రణ మేలుకోదు."

ఆత్మనిర్దేశం, ఆత్మనియంత్రణ, మనోనిగ్రహం, ఇవన్నీ మనకు ఉన్నాయని శ్రుతిమించి అంచనా వేస్తాం. "తప్పకుండా, అదేముంది, మూడు వారాల్లో ఒక నవల వ్రాసేస్తాను." అని మన ఆలోచన.

మన మనసులలో మనం మహామేధావులం. మానసికంగా దృఢచిత్తులం. కాని అసలు పని ఎదురైనపుడు, మనం పలాయనం చిత్తగిస్తాం. మీకు వాయిదాలు వేయటం అలవాటయితే, మీ పని ఆలస్యంకాక మానదు. పని పెద్దదైనా, చిన్నదైనా ఈ యదార్థం వర్తించుతుంది.

సుఖక్షేత్రంనుంచి వెలికిరావటానికి అందరూ భయపడతారు. అందుకే వాటిని సుఖక్షేత్రాలు అంటారు. సాహసం ఏదైనా చేయటానికి ధైర్యం కావాలి. కాని, మీ బాస్ కు ఏదైనా ప్రింట్ తీసి ఇవ్వటం, బిల్లులు చెల్లించటం, పన్నులు చెల్లించటం వంటి చిన్నచిన్న పనులు చేయటానికి ధైర్యసాహసాలు ఏమీ అవసరం లేదు. కాని, నగ్నసత్యం ఏమిటంటే: మీరు చేస్తున్న పని చిన్నదా, పెద్దదా అన్న దానితో వాయిదాల మనసుకు సంబంధం లేదు. ఆ పని అలా ఉండనీయ్. అది సదా అలాగే ఉండవచ్చు కదా! పని పూర్తి చేయటం అంటే నా దృష్టిలో ఇలా ఉండేది:

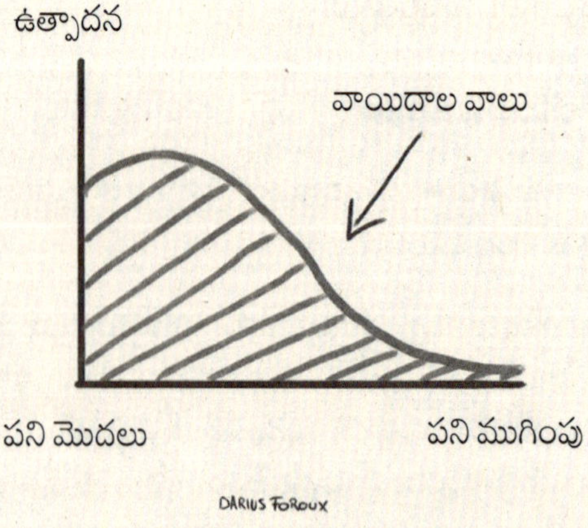

పని మొదలుకు, ముగింపుకు మధ్య ఒక సమయం ఉన్నది. అదే వాయిదాల వాలు. అంటే మీరు పరధ్యాసకు లోనవుతున్నారు. మీ ఉత్పాదన తలకిందులయేది ఆ క్షణంలోనే.

పని మొదలు పెట్టినపుడు మీరు ఉత్సాహం, ఉద్రేకాలతో నిండి ఉన్నారు. ఏకాగ్రత దృఢంగా ఉన్నది. కాని, కొంతసేపటి తర్వాత "ఒక్క క్షణం వార్తలు చదువుదాం" అని మీ ఆలోచన. ఎప్పుడూ ఆ "ఒక్క" దీనితోనే మొదలవుతుంది వ్యవహారం. అప్పుడు "గేం ఆఫ్ త్రోన్స్" లో ఒక్క ఎపిసోడ్ చూద్దాం" అని తర్వాతి ఆలోచన. ఆ పిదప యు ట్యూబ్ లో ఒక్క వీడియో. ఆ తర్వాత ఇంకొకటి. అలా సాగుతుంది. అప్పుడు కొంచెం ఇంస్టాగ్రాం బ్రౌజింగ్. అలా అలా. "ఇక ముందు ఇలా టైం వృధా చేయను." అని దృఢనిశ్చయం. అవును కరెక్ట్!

మనోనిగ్రహం పనిచేయదు. పద్ధతులు పనిచేస్తాయి

ఒక పని చేయటానికి మీకు నిజంగా కావలసింది ఒక పద్ధతి. చాలామంది ఈ దినచర్యలు, పద్ధతులు, క్రమాలనుంచి ముఖం తిప్పుకుంటారు. వారికి "స్వేచ్ఛ" కావాలి.

మీకు నిరాశ కలిగిస్తున్నందుకు క్షంతవ్యుడిని. స్వేచ్ఛ మీ శత్రువు. వాస్తవం ఏమిటంటే, పని జరగాలి అంటే నియమాలు, నిబంధనలు అవసరం. పరిశోధనలవల్ల కొన్ని విషయాలు ప్రభావశాలులని తెలిసింది.

- స్వయంగా నిశ్చయించుకున్న గడువు తేదీలు
- బాధ్యతా పద్ధతి (స్నేహితులతో, లేదా శిక్షకులతో నిబద్ధత)
- విరామ సమయాలలో పని/చదువు
- రోజుకు 30 నిమిషాలు వ్యాయామం
- ఆరోగ్యకరమైన ఆహారం
- పరధ్యానం తొలగింపు
- అన్నిటికంటే ముఖ్యంగా: అంతరంగ ప్రేరణ

మీరు సరయిన ఉత్పాదక వ్యూహాలు క్రోడీకరిస్తే, మీకు ఉత్పాదక వ్యవస్థ ఉన్నట్లు.

గడువు తేదీలు అగత్యాన్ని సృష్టిస్తాయి. జవాబుదారీవల్ల బాధ్యత ఏర్పడుతుంది. విరామాలమధ్య పనిచేయటంవల్ల మీ ఏకాగ్రత పెరుగుతుంది. ఆరోగ్యకరమైన ఆహారంతోబాటు వ్యాయామం మీకుశక్తి నిస్తుంది. పరధ్యాసలు తొలిగిస్తే మీ దురాకర్షణలు తొలిగిపోతాయి. కాని మీ అంతర్యంలో ప్రచోదన లేకపోతే, మీకు సాయపడగల వ్యవస్థ ఎక్కడా లేదు. ఈ భావాన్ని జనం అనవసరంగా అతిక్లిష్టం చేసుకుంటారు. కాని "మీరు చేస్తున్న పని ఎందుకు చేస్తున్నారు? అన్నంత సులభం, సరళం.

మీకు తెలియకపోతే, ఏదో ఒకటి ఆలోచించండి. మీరు చేస్తున్నపని ఎందుకు చేస్తున్నారో తెలుసుకుంటే, ఎంత కష్టమైన పని అయినాసరే భరించ గలరు. పెద్దబొమ్మలో అది కూడా ఒక భాగం అవుతుంది.

కనుక, కళ్ళు మూసుకొని పనిలోకి దిగకుండా, ఒక అడుగు వెనక్కు వేసి, ఒక్క క్షణం ఆలోచించండి. మీరు చేయబోయే పని ఎందుకు చేస్తున్నారు? అప్పుడు ఆ పనిని బలపరిచే వ్యవస్థను నమ్మండి, దానిమీద ఆధార పడండి. ఇది అర్థంకాని విజ్ఞానం కాదు. కేవలం విజ్ఞానం.

కాలయాపనమాని
మీ వ్యక్తిగత పటుత్వం పెంచటం ఎలా

నేను ఉత్పాదకత మీద పరిశోధన చేయటానికిగల కారణం చాలా సరళం. ఉత్పాదకమైన జీవితం ఆనందమయ జీవితం అని నా అభిప్రాయం. మామూలు మనుషులకంటే మీరు మేలైన ఉత్పాదన చేస్తే మీరు జీవితంలోనూ, వృత్తి ఉద్యోగాలలోనూ వేగంగా పురోగమిస్తారు. అధికంగా నేర్చుకుంటారు. అధికంగా సాధిస్తారు. అందుకు తగిన ప్రతిఫలం పొందుతారు.

ఉత్పాదనను గురించి మాట్లాడినపుడు, నేను పాటవాన్ని గురించి చెబుతున్నాను. ఉత్పాదన ఒక్కటే చెబితే చాలదు. ఎందుకంటే ఉత్పాదనవల్ల మీరు సవ్యమైన పనులు చేశారని తెలియదు. అది మీరు చాలా పనిచేశారని మాత్రమే చెబుతుంది. కాని అది ఒక్కటీ చాలదు.

పాటవం అంటే సరయిన పనులు చేయటం. సార్ధకమైన జీవితంకోసం మీ ఉద్యోగం సక్రమంగా నిర్వర్తించి, డబ్బు సంపాదించాలి. అందుకు మీరు కొత్త మెలకువలు నేర్చుకుంటే అదీ అన్నిటికంటే ముఖ్యమైన పని. లేకపోతే మీరు కేవలం గిరికీలు కొడుతూ ఉంటారు. మీరు చాలా బిజీగా కనపడతారు. కాని సార్ధకమైన పని ఏదీ జరగదు, సాధించరు. ఇంకొక విధంగా చెప్పాలంటే, పనికిమాలిన పని చేయటం సులువు. అందువల్ల మీరు కోరిన ఫలితాలు దక్కవు.

ఫలితాలు అన్నిటికంటే ముఖ్యం

నిజజీవితంలో దీని అర్థం: మీరు వారానికి 50 గంటలు పని చేస్తూ ఉండవచ్చు. కాని వ్యక్తిగతంగా, మానసికంగా, ఆర్థికంగా మీకు అభివృద్ధి అనుభూతి కలగకపోతే, మీరు చేసిన పని నిష్ప్రయోజనం అన్నమాట. జనం తరుచు నన్ను అడుగుతూ ఉంటారు, "నేను ఎక్కడ మొదలు పెట్టాలి?" ఆ ప్రశ్నకు జవాబుగా నేను ఒక అభ్యాసం చెబుతాను. ఇది నేను ఉత్పాదన కోర్స్ లో బోధిస్తూ ఉంటాను. దాని పేరు ఆలస్యం పూజ్యం చేయండి.

ఈ అభ్యాసం పీటర్ డ్రక్కర్ రచన "ది ఎఫెక్టివ్ ఎక్జిక్యూటివ్" లోనుంచి సేకరించాను. మేధాపరంగా పనిచేసేవారి పాటవం గురించి చెప్పాలంటే పీటర్ డ్రక్కర్ ప్రథములు, అగ్రేసరులు అని నా అభిప్రాయం.

ఈనాడు మీరు చూసే పుస్తకాలు, వ్యాసాలూ, ఉత్పాదన పరికరాలు, ఉత్పాదన యాప్స్ అన్నిటి వెనక ఏదో విధంగా పీటర్ డ్రక్కర్ ప్రభావం ఉన్నది. వ్యక్తిగత పాటవం అన్న పదం సృష్టికర్త ఆయనే.

ఇప్పుడు రాబోయేది అది ఎఫెక్టివ్ ఎక్జిక్యూటివ్ నుంచి సేకరించిన అభ్యాసం (దానిని సులభతరం చేయటానికి నేను కొద్దిగా మార్పులు చేశాను). మీ పాటవం పెంచటానికి దీనిని ప్రయోగించవచ్చు.

మొదటి మెట్టు: మీరు కాలం ఎలా గడుపుతున్నారో తెలుసుకోండి

జనం తరుచు, "నాలో లోపం ఏమిటో నాకు తెలియటం లేదు. నేను వాయిదాలు వేస్తూ ఉంటాను." అని నా ఎదట ఘోష పెడుతూ ఉంటారు.

"మీరు ఎలా కాలం గడుపుతున్నారోమీకు తెలుసా?" నా ప్రశ్న.

సమయం పట్ల మీకు దృష్టి లేకపోతే వాయిదాలు ఆపటం కష్టం. ఉత్పాదన పెంచటం కష్టతరం. మీ సమయం సద్వినియోగం కావాలంటే, మొదట అది ఎటు పోతున్నదో మీరు తెలుసుకోవాలి. అందుకు మీ జ్ఞాపకశక్తి చాలదు. వారం కిందట సరిగ్గా ఈ సమయంలో మీరు ఏం చేస్తూ ఉన్నారని అడిగితేమీ సమాధానం ఏమిటి? గుర్తు లేదు కదా! అదీ సంగతి.

మరి సమయాసమయాలు తెలియటం ఎలా? ఒక చిట్టా పెట్టుకోండి. నా క్లయంట్లను ప్రత్యక్షంగా కలుసుకోక మునుపే నేను వారిని రెండువారాలకు ఒక చిట్టా తయారు చేయమంటాను. ఈ చిట్టా ఏమిటో మీరు ఈపాటికి ఊహించే ఉంటారు. రోజంతా గంటగంటకూ మీరు చేస్తున్న పని నమోదు చేసిన చిట్టా.

ఆ చిట్టా ఎలా తయారు చేస్తారు అనేది మీ ఇష్టం. అక్కడ కావలసినదల్లా, గత రెండువారాలుగా మీ సమయం ఎలా గడిపారో నమోదు అయి ఉండాలి. అంతే. వీలయితే ఒక నెల అంతా మీరు ఏమి చేశారో నమోదు అయి ఉంటే ఇంకా మేలు.

నేను నా డెస్క్ మీద ఒక పెన్, నోట్ ప్యాడ్ ఉంచుతాను. గంటగంటకూ టైం వ్రాసి ఆ గంటలో నేను ఏమి చేశానో వ్రాస్తాను. ఆ నోట్ బుక్ మీకు కనబడేట్లు పెట్టుకోవటం ముఖ్యం. లేకపోతే మర్చిపోతారు.

రెండవ మెట్టు: కొరగాని పని

ఈ మెట్టు చాలా సులువు. మిమ్మల్ని ఒకేఒక్క ప్రశ్న అడుగుతాను:

> *"మీ నోట్ బుక్ లో మళ్ళీమళ్ళీ దర్శనం ఇచ్చే చర్యలు అన్నీ ఒక్కొక్కటిగా పరిశీలించండి. మీరు ఆ పనులు చేయకపోతే ఏమవుతుంది?"*

"కొంప కూలి పోతుంది" అని మీ సమాధానం అయితే ఏమీ మార్చకండి. కాని మీ సమాధానం, "ఏమీ కాదు." అని అయితే మాత్రం మీరు నక్కను తొక్కినట్లే. నిష్ప్రయోజనమైన పనులు మనం అందరమూ చేస్తూ ఉంటాం. అవి అన్నీ విలువైన సమయాన్ని మింగివేసే తిమింగలాలు.

మూడవ మెట్టు: తిమింగలాలు తీసివేయండి

డాం. అంతే. మీ సమయం ఎక్కడ వృధా అవుతున్నదో తెలుసుకోండి. జీవితంలో సార్థకమైన పనులు, నిరర్థకమైన పనులు వేరు చేయండి. నిరర్థకమైన పనులు వదిలిపెట్టండి. "అంతేనా?" అవును. అంతే. మీరు ప్రయోజకులు

కావాలనుకుంటే, క్రమం తప్పకుండా చిట్టా వ్రాయండి. సంవత్సరానికి 365 రోజులూ మీరు ఈ చిట్టా వ్రాయనక్కర లేదు. రెండువారాల లెక్కన సంవత్సరంలో రెండుసార్లు చేయండి. మీ సమయం వెలకట్టటానికి, తిమింగిలాలను గుర్తించటానికీ అవి చాలు. ఈ చిన్న అభ్యాసం ఇంకొక ప్రయోజనం కలిగిస్తుంది. మీ దినచర్యను గురించి మిమ్మల్ని ఆలోచింప జేస్తుంది.

తరుచూ మనం తిమింగిలాలతో మొదలు పెడతాం. అదే అలవాటయి కూర్చుంటుంది. పనికిమాలిన ఆ ప్రవర్తన మీరు కళ్ళుతెరిచి చూడకపోతే, ఆ అలవాట్లు మానుకోవటం దుస్సాధ్యమై కూర్చుంటుంది. ఉత్పాదనకు ఇది చాలా శక్తివంతమైన అభ్యాసం అని నేను గుర్తించాను. ఇప్పుడే మొదలు పెట్టండి. మీ చర్యా కార్యక్రమం ఇలా ఉండవచ్చు"

- (సమయం) – సమయ సారణి ని గురించి డారియస్ ఫారో వ్యాసం చదవాలి. నా స్వీయ సమయసారణి సిద్ధం చేసుకున్నాను.
- (సమయం)– నా ఫోన్ స్విచ్ ఆఫ్ చేశాను. (నేను చేస్తున్న పనికి) తిరిగి వచ్చాను.
- (సమయం) – వార్తలు, ఫేస్ బుక్, ఇన్స్టాగ్రాం, బ్రౌజ్ చేశాను. యు ట్యూబ్ వీడియోలు చూశాను. (నిజాయితీగా ఉండండి. కొంపలు మునిగిపోవు)
- (సమయం) – ఇ మెయిల్స్ కు జవాబు ఇచ్చాను.

ఉత్తమం! మీరు అడుగు ముందుకు వేసినందుకు చాలా సంతోషం. మరొక రెండువారాలు ఇలా కొనసాగండి.

అనుత్పాదక వ్యక్తుల అలవాట్లు మీరు వాటిని అనుకరించ బోవటం లేదు

నేను ఒక అనుత్పాదక వ్యక్తిని. కనుకనే నేను ఉత్పాదనను గురించి అధ్యయనం చేస్తాను. నిజంగానే. నేను అతిగా నిద్రపోతాను. అతిగా వాగుతాను. అతిగా చదువుతాను. రోజంతా సంగీతం వింటూనే ఉంటాను. సినిమాలు చూస్తూ ఉంటాను. నాకు వెర్రెత్తించి కిం కర్తవ్యతా మూఢుడినిచేసే పరికరాలు కొంటూఉంటాను.

నా ఉత్పాదన పద్ధతి లేకపోతే నా వల్ల ఏపనీ సాధ్యమయ్యేది కాదు. ఈ వ్యాసం కూడా వ్రాయగలిగే వాడిని కాను. సామాజిక మాధ్యమాలలో చూస్తే మాత్రం అందరూ అత్యంత ఉత్పాదకులుగా, ఆరోగ్యవంతులుగా, ఐశ్వర్యవంతులుగా మీకు దర్శన మిస్తారు. అదంతా నిజమేనా? నాకు తెలియదు. నాకు తెలిసింది ఒక్కటే: రోజుకు 24 గంటలు, వారానికి ఏడురోజులు మీరు ఉత్పాదకులుగా ఉండలేరు. అనుత్పాదకమైన అలవాట్లు మానుకోవటమే ఉత్పాదనకు ఆలవాలం.

అనుత్పాదకాలయిన పది అలవాట్ల జాబితా ఇక్కడ రాబోతున్నది. ఈ అలవాట్లు తగ్గించటం, లేదా నిర్మూలించటమే నేను నేర్చుకున్నది. వీటిలో కొన్ని అలవాట్లు మీకు కూడా ఉన్నాయా? దిగులు పడకండి. మనం అందరమూ ఒకప్పుడు కాకపోతే మరొకప్పుడు అనుత్పాదకులమే. కాని ఈ పది అలవాట్లలో మీకు ఐదు గాని అంతకంటే ఎక్కువగాని ఉంటే మీరు మారవలసిన ముహూర్తం వచ్చిందన్నమాటే. ఒకటి మాత్రం నిశ్చయం: అనుత్పాదకులుగా ఉండటానికి ఎవరూ ఇష్టపడరు.

మితిమించిన పని

కొన్నిరోజులు నేను 12, 13 గంటలు ఏకధాటిన పని చేస్తాను. వ్యాయామానికి, భోజనానికి మాత్రమే విరామం తీసుకుంటాను. అలా కొన్ని రోజులు సాగుతాను. కొన్నిరోజుల తర్వాత ఎప్పుడో ఒకప్పుడు అంతా కూలిపోతుంది. నేను కిందామీదా పనిచేయటానికి సతమతమవుతాను. పని చేయటం నావల్లకాదు. పని చెయ్యాలని బుద్ధికూడా పుట్టదు. అది శ్రేయస్కరం కాదు. కనుక నేను ఎంతవరకు పనిచేయగలను అని ఒక అంచనాకు చేరుకున్నాను. హెమింగ్ వే పని ఉధృతంగా సాగుతున్నపుడు, పని ఆపివేసేవారట.

ప్రస్తుతం నా నూతన లక్ష్యం అదే. కాని అది దుస్సాధ్యం. ఎందుకంటే మనకు ఎప్పుడూ అన్నీ వేగాతివేగంగా, త్వరత్వరగా, ఇప్పుడిప్పుడే కావాలి. మీ గురించి, మీ పనిని గురించి, మీ గడువు తేదీలను గురించి బాగా తెలుసుకోండి. గడువు తేదీ ఏమీ లేదా? అప్పుడు విరామం తీసుకోండి. ఎందుకంటే ఒత్తిడి కలిగినప్పుడు ఆ శక్తి కావాలి. అన్నిటికంటే ముఖ్యంగా, ఓర్పు పట్టండి.

మితి మించిన చింత

నేను దివాలా తీస్తే ఏమవుతుంది? నా ఉద్యోగం పోతే ఏమవుతుంది? ఆమె నన్ను ప్రేమించకపోతే? నాకు క్యాన్సర్ వస్తే? ఈ విమానం కూలిపోతే? నా కళ్ళు కనపడక పోతే?...ఇంకేమైనా అయితే...?

ఉష్ట్రపక్షి తల ఇసుకలో లోతుగా దిగినట్లు మీ ఆలోచనలు అన్నీ మీగురించే. అందులో మీరు ఎంత లోతుకు దిగారో మీకు తెలియదు. నేను, నేను, నేను, సర్వదా అదే జపం. ఆ విషయం నాకు బాగా తెలుసు. పైన చెప్పిన ఉదాహరణలన్నీ నా వ్యక్తిగత జీవితంలోనివే. "...అలా అయితే..." అన్న ఆటకు ఒకనాడు నేను మకుటంలేని మహారాజును. కాని ఇక్కడ ఒకవిషయం చెప్పాలి: మీరు ఈ క్షణాన చావబోవటంలేదు. ఆ ఆలోచనా సముద్రంలోనుంచి బయట పడండి. చింతించటం మానండి. సార్ధకమైన పని ఏదైనా చేయండి. (అది చెప్పినంత సులువు కాదని నాకు తెలుసు. అయినా: కనీసం దిగులు మానుకోవటం ఎలాగో నేర్చుకుంటారు.)

మొండి పట్టుదల

మనం సర్వదా మనుషులతో వ్యవహరిస్తూ ఉంటాం. "ఆయన చెప్పేది నేను ఎందుకు వినాలి?" లేదా "ఆమెకు ఏం తెలుసు?" అని మీకు ఎప్పుడైనా అనిపించిందా? నాకు తెలియదు. మనకన్నా ఎక్కువ తెలుసునేమో! అవతలివారు చెప్పేది విన్నదాకా మనకు తెలియదు.

కాని ఈ ప్రపంచంలో మిమ్మల్ని మించినవారు లేరనుకుంటే మీరు అవతలివారిని లెక్కచేయరు. ప్రతి ఒక్కరూ మొండి ఘటాలని నా ఉద్దేశం. కొందరు పరమమొండి, మిగిలినవారు కొద్దిగా మొండి. అదే తేడా.

మొండితనం కూడా ఒక మంచిలక్షణమేనని చెప్పుకోవాలి. విమర్శలు పెడచెవిన పెట్టటము, అవతలివారు ఏమనుకుంటున్నారో పట్టించుకోక పోవటము సుగుణాలే. కాని బాంధవ్యాలలో మొండితనం పెద్ద తలనొప్పి వ్యవహారం. ఆ మొండితనం పనికిరాదు. జీవితం అంతా బాంధవ్యాలమీదనే ఆధారపడి ఉన్నది. మీ ఉద్యోగం కూడా అంతే.

తనిఖీ

మీరు ఏం చేస్తున్నారు? "నేనా, ఫేస్ బుక్ చెక్ చేస్తున్నాను."

మీరేం "చెక్" చేస్తున్నారు?

ఇ మెయిల్? TMZ? CNN? NBA? NFL? ఇంస్టాగ్రాం? ట్విట్టర్? శ్నాప్ చాట్?

చెక్ చేయటం ప్రయోజనకరమైన పనికాదు. అది క్రియాపదం కావచ్చు. కాని అందులో అసలైన చర్య శూన్యం. నేను నా బ్లాగింగ్ మొదలు పెట్టినపుడు నేను నిష్కారణంగా నా సాంఖ్య వివరాలు చెక్ చేసేవాడిని. అప్పుడు నాకు ఒక ఆలోచన కలిగింది: నా చెకింగ్ వల్ల కలిగే ప్రయోజనం ఏమిటి?

ఏమీ లేదు. మీరు కేవలం ఏదో సమాచారం స్వాహా చేస్తారు. నేను సాధ్యమైనంత తక్కువ చెకింగ్ చేస్తాను. అందుకే నా ఫోన్ లో వార్తలు, సామాజిక మాధ్యమాల యాప్ లు తీసివేశాను. నా ఫోన్ లో ఇ మెయిల్ కూడా ఉండదు. లేకపోతే ఎప్పుడూ అదే చెక్ చేస్తూ ఉంటాను. అది నాకు ఇష్టం లేదు.

ఇ మెయిల్స్ కు జవాబు ఇవ్వటానికి సమయం దొరికినప్పుడే నను నా ఇ మెయిల్ చెక్ చేస్తాను.

ఈ చెకింగ్ అలవాటు పూర్తిగా మానుకోవటం అసాధ్యం. నేను ఇప్పటికీ NBA వెంటాడుతూ ఉంటాను. కారణం, నాకు అదంటే చాలా ఇష్టం. మీకు బాగానచ్చిన ఒకటి, రెండు చెకింగ్ అలవాట్లు ఎంచుకోండి. మిగిలినవి తీసివేయండి. అందువల్ల మీకు కలిగే నష్టం ఏమీ లేదు.

తప్పించుకునే వ్యవహారం

రెండేళ్ళ క్రితం వరకూ నాకు ఒత్తిడి కలిగినప్పుడల్లా, "నాకు ఒక డ్రింక్ కావాలి." లేదా "నాకు విరామం కావాలి." అంటూ ఉండేవాడిని.

ఉద్యోగంలోగాని, నా బాంధవ్యాలలోగాని సమస్యలు తలెత్తినపుడల్లా అటువంటి సమస్యలు ఉన్నవని కూడా నాకు తెలియనే తెలియనట్లు నటించేవాడిని. ఆ సమస్యలను గురించి కొన్నిసార్లు మాట్లాడేవాడిని. కాని అప్పుడు సమస్యలు అగాధంగా ఉండేవి. ఆ రోజుల్లో నాకు నా ఉద్యోగం నచ్చలేదు, నా బాంధవ్యాలు నచ్చలేదు, నేను ఉన్న ఊరు అంతకంటే నచ్చలేదు. అసలు విషయమేమిటంటే నా జీవితమంటేనే నాకు రోత పుట్టింది.

నేను మారానా? ఉహు. నా సమస్యలు తప్పించుకోవటానికి సదా ప్రయత్నించేవాడిని. సమస్యలనుంచి తప్పుకుంటే ఈ దరిద్రపు జీవితం ఎదుర్కోవటానికి కొంత కాకపోతే కొంత అయినా శక్తి వస్తుంది. కాని సమూలంగా నిర్మూలిస్తేకాని సమస్యలు అంతం కావన్న విషయం మీకూ, నాకూ తెలుసు. నేను ఆ విషయం కష్టపడి తెలుసుకున్నాను. ప్రస్తుతం సమస్యలు పెరిగి పెద్దవికాక మునుపే నేను వాటిని పరిష్కరిస్తాను.

అవుననటం

లేదు, కాదు అనటానికి చాలామంది భయపడతారు. జనాన్ని ముంచటం మీకు ఇష్టం లేకపోవచ్చు. లేదు, కాదు అనటం మీకు ఇరకాటంగా ఉండవచ్చు. నాకు తెలియదు. కాని అది ముఖ్యం కాదు. కాని సలు విషయం ఏమిటంటే, మీరు

ప్రతిదానికీ అవునంటూ తల ఊపితే, మీరు – మీ జీవితం కాదు – మరొకరి జీవితం జీవిస్తున్నారు.

ఆలోచించండి. ఆ విషయం యదార్థమన్నమాట మనకు మనలోలోపల తెలుసు. మన సమయం కూడా మన అధీనంలో లేదు. మీ జీవితం పూర్తిగా మీ అధీనంలో ఉండాలా? అయితే ముఖ్యమైన కొన్ని విషయాలకు మాత్రమే తల ఆడించండి. మిగతా సవాలక్ష విషయాలకు తల అడ్డంగా తిప్పండి.

వ్రాసిపెట్టుకోక పోవటం

అవునవును, మీ జ్ఞాపకశక్తి అసాధారణం, అసామాన్యం. లేదా మీరు ప్రతి ఒక్క విషయమూ గుర్తు ఉంచుకోగల మహా మేధావులు. అవునా?

కాదు! మీ ఆలోచనలు, భావాలు, చేయవలసిన పనులు వగైరా వ్రాసిపెట్టుకోక పోవటం మూర్ఖత్వం. ఎందుచేత? మీ జ్ఞాపకశక్తి మీద ఆధారపడితే మీరు చెప్పరానంత మేధాశక్తి వృధా చేస్తున్నారు. మీరు ప్రతిఒక్కటీ వ్రాసి పెట్టుకుంటే, మీ మేధాశక్తి ఇతర వ్యాపకాలకు – సమస్యాపరిషారం వంటి పనులకు – వినియోగించవచ్చు. వాస్తవానికి అది మీ వృత్తి/ఉద్యోగం వృద్ధికి ప్రయోజనకారి.

మీరు దినచర్య వ్రాస్తే అది ఇంకా మేలు. కాని ఈ దినచర్య వ్రాయటం అందరికీ ఇష్టం ఉండదని గ్రహించాను. కనుక ముఖ్యమైన విషయాలు వ్రాసి పెట్టుకోవటం అన్నాం. ఈ వ్యాసం చదువుతున్నపుడు మీరు ఏమి వ్రాసి పెట్టుకున్నారు?

కఠిన ప్రవృత్తి

"నేను చంక నాకుతాను." కాదు, మీరు నాకరు.

"ఎందుకని?" ఇవాళ పక్క మీదినుంచి లేచారు కదా!

"అవును." శుభాభినందనలు. కఠినమైన ఈ జీవితం జయించి బయట పడ్డారు. అందుకు మీరు గర్వించాలి. పక్కమీది నుంచి లేచిన తర్వాత మీరు చేసే ప్రతి ఒక్క పనీ ఒక విజయమే.

నేర్చుకోవటంలో నిర్లక్ష్యం

"అమ్మయ్య, కాలేజ్ పూర్తయింది. పనికిమాలిన పుస్తకాలకు ఇక శలవు."

ఆ మాటలు మీరే అని ఉంటే, మీరు ఎంత దూరం వెళ్ళినా సరే చంక నాకవలసి వస్తుంది. ఏదో ఒకవిషయం నేర్చుకున్న తర్వాత ఎవరైనా నేర్చుకోవటం శాశ్వతంగా ఆపివేస్తారా? మనకు ఆ ఆలోచన ఎలా , ఎందుకు కలుగుతుందోకూడా నాకు అంతుబట్టదు. స్కూల్ విడిచి పెట్టిన తర్వాత నేర్చుకోవటం ఆగిపోతుందని సదా నేను అనుకునేవాడిని. కాని, నేర్చుకోవటం ఆగిపోతే, మీ జీవితమే ఆగిపోతుంది. అదీ కఠిన సత్యం.

మీ మీద మీరే పెట్టుబడి పెట్టాలి. ఏదో ఒకటి నేర్చుకోండి. కొత్త కోర్సులు నేర్చుకోండి. వీడియోలు చూడండి. ఇంట్లో కూర్చునే చదవండి. అవసరమైతే బయటికివెళ్లి నేర్చుకోండి. ఏదైనా ఫర్వాలేదు. కాని కొత్తవిషయాలు నేర్చుకోండి. అప్పుడు జీవితం ఉత్పాదక మవుతుంది. జీవితం ఉత్సాహభరిత మవుతుంది.

నియమాలు – ద్వేషం

చివర్లో అన్నిటికీ మించినది వస్తున్నది. నియమాలు అంటే ఎవరికీ గిట్టదు కదా! అది మన బాల్యం నుంచీ మొదలవుతుంది. "నేను ఇది ఎందుకు చేయాలి? నేను అది ఎందుకు చేయాలి?" అది నీ మేలుకే గనక! అందుకే! (పిచ్చి పిల్లాడా). కాని మనం పెరిగి పెద్ద అయిన తర్వాత నియమాలు పాటించ నక్కరలేదు (ప్రభుత్వ నియమాలు తప్ప. నేను చెప్పేది మీకు అర్థమవుతున్నది కదా!)

"నియమాలు మూర్ఖం!"

అదే సదా నా నమ్మకం. నేను అన్నివిధాలా స్వతంత్రుడిని అని నా ఆలోచన. కాని నేను మూర్ఖుడిని. జీవితంలో నియమాలే ఉత్తమ ఆలంబన. నియమాలు లేకపోతే మనం కంటికి కనబడినదల్లా తినే పందులం అవుతాము.

ఉత్పాదన విషయానికి వస్తే, నియమాలు ఉండాలి అనేది మొదటి నియమం. నియమాలు లేని జీవితం కావాలంటే అది మీ ఇష్టం. జీవితం అంటే చుట్టూ ఉన్న గోడలు ఛేదించి బయట పడటం కాదు. సమస్యలు పరిష్కరించటానికి నియమాలు తోడ్పడతాయి. జీవితం ఆస్వాదించే అవకాశం కల్పిస్తాయి.

జోష్ వెల్ట్ మన్ సృజనాత్మకమైన ప్రచారంలో 25 ఏళ్లకు మించిన అనుభవం గడించారు. ఆయన మాడ్ మెన్ అనే సినిమా సహనిర్మాత కూడా. ఆయన "సేడ్యూసింగ్ స్ట్రేంజర్స్" అన్న తన రచనలో అంటారు:

> *"సమస్యా పరిష్కారానికి స్వేచ్ఛా, కట్టుబాట్ల వినూత్న సంగమం అవసరం. "దానితో ఆనందించండి" అనో "కట్టుబాట్లు అధిగమించి ఆలోచించండి" అని విన్నప్పుడు "అపారమైన సమయం వృధా కాబోతున్నదని అనుభవ పూర్వకంగా నేను గ్రహించాను."*

శుభవార్త: నియమాలకు మీరే కర్త

ఉదాహరణకు, ఎన్నడూ ఫిర్యాదు చేయకు అన్నది నా వ్యక్తిగత నియమాలలో ఒకటి. ప్రతిరోజూ చదువు, వ్యాయామం చేయి అన్నది మరొకటి. మర్నాడు చేయవలసిన పనుల క్రమం ఈనాడే నిర్ణయించి ముగించు అన్నది వేరొకటి.

మీ ఉత్పాదన నియమాలన్నీ జోడించితే మీకు ఒక వ్యవస్థ ఏర్పడుతుంది. ఒక వ్యవస్థ అంటూ ఉంటే అంతా మారిపోతుంది. అంతే.

తెలివిగా, మేలుగా, ఆనందంగా, ప్రభావపూర్వకంగా పనిచేయటానికి నేను నా వ్యవస్థను నమ్ముకుంటాను. ఒక వ్యవస్థ శ్రేయస్కరము అని గ్రహించటానికి నాకు చాలా సంవత్సరాలు పట్టింది. ఆ వ్యవస్థ సృష్టించటానికి మరికొన్ని సంవత్సరాలు పట్టింది. కాని ఆ శ్రమ ఫలించింది. ఎందుకంటే ఇప్పుడు నేను ఉత్పాదకుడిని అయాను. గుడ్డిలో మెల్ల కదా!

సాయంత్రం ఈ 30 నిమిషాల కార్యక్రమం మీ జీవితాన్ని మేలుకొలుపుతుంది

రోజంతా నిర్విరామంగా పనిచేస్తూ గడిపిన తర్వాత, స్థిమితపడి నిద్రకు ఉపక్రమించటం కష్టసాధ్యమైన పని. తరుచు నేను రాత్రుళ్ళు చాలాసేపు మేలుకొని ఉండి పని చేస్తాను. అప్పుడప్పుడు ఏదో చదువుతూనో, లేదా చూస్తూనో మేలుకొని ఉంటాను.

మీరు నిద్రకు సిద్ధమైనపుడు నిద్ర రాదు. అప్పుడు అనవసరమైన ఆలోచనలతో మీ బుర్ర కసరత్తు చేస్తూ ఉంటుంది.

చాలామందికి ఈ నిద్ర ఒక సమస్య అన్నది నలుగురికీ తెలిసిన రహస్యమే. నిద్రలేమి కారణంగా వారంలో ఒకసారైనా తమ పనులు చెడుతున్నాయని 45 శాతం అమెరికన్ల ఉవాచ. ఇది నేషనల్ స్లీప్ ఫౌండేషన్ వారి అధ్యయన సారాంశం.

సాయంత్రానికి అంత ప్రాముఖ్యత ఎందుకు? మీ ఉదయం కార్యక్రమం పరిపూర్ణం కావచ్చు. రోజంతా ఏమేమి చేయాలో మీరు ప్లాన్ చేసి ఉండవచ్చు. ఆనాడు ఏదో సాధించాలని మీ అభిమతం కావచ్చు. కాని ఒంట్లో ఓపిక లేకపోతే, మీ ప్లాన్ లన్నీ ఎందుకూ కొరగావు.

గత ఆరుమాసాలుగా ఉదయం కార్యక్రమం, సాయంత్రం కార్యక్రమాలను గురించి చాలా ప్రయోగాలు చేశాను. ఉదయం కార్యక్రమాలు అనుసరించటం అమలు జరపటం సులువని తెలుసుకున్నాను. అవి చేయకుండా తప్పించుకోవటంకూడా సులువే. మనం నిద్రలేచినపుడు

అలసటగా ఉంటే, మనకు అలవాటయిన (అది అంత శ్రేయస్కరం కాకపోవచ్చు) అలవాటులోకి దిగుతాం.

ఫలితం? మీరు ఓడిపోతారు, జీవితం గెలుస్తుంది. మీకు మనసు నిలకడ ఉండదు, తలుచుకున్న పని చేయలేరు, మనస్థిమితం ఉండదు, సంతోషం ఎక్కడా కనిపించదు. అందుకే నేను సాయంత్రానికి ఒక కార్యక్రమం తయారు చేసుకున్నాను. అందువల్ల నాకు కావలసిన విశ్రాంతి లభిస్తుంది. మన అందరికీ అది ఏమిటో బాగా తెల్సుసు: 7– 9 గంటల నిద్ర. కాని తరుచు జీవితం మధ్యలో తల దూరుస్తుంది. అప్పుడు మనం లౌకికజ్ఞానం కోల్పోతాం.

కాని కింద చెప్పిన కార్యక్రమంతో సాయంత్రాలు, తద్వారా నా జీవితమూ ఒక నిలకడ సంపాదిస్తాయి.

0 వ నిమిషం నుంచి 10 వ నిమిషం వరకు: రోజుకు ముగింపు

ప్రతి సాయంత్రము ఆ రోజును గురించి జర్నల్ వ్రాయటానికి పది నిమిషాలు వెచ్చిస్తాను. ఆరోజు నేనేం చేశాను, ఏమి నేర్చుకున్నాను, గుర్తు ఉంచుకోదగిన విషయాలు కొన్ని వాక్యాలలో వ్రాస్తాను. సరళమైన ఈ అభ్యాసం :

1. నేను ఏమి చేశానో గుర్తు ఉంచుకోవటానికి (తెలివితక్కువగా ధ్వనించవచ్చు, కాని మనం చేసే పనులు మనం చాలావరకు మర్చిపోతూ ఉంటాం)
2. నా పురోగమనం సమీక్ష. నేను చేయవలసినవన్నీ చేశానా (చదవటం, వ్యాయామం, కుటుంబంతో కాలక్షేపం, వ్రాయటం, నా సహచరులతో వార్తాలాపం) ?

ఈ అభ్యాసం నేను జిమ్ రాన్ దగ్గర నేర్చుకున్నాను. ఆయన అంటారు:

> *"రోజు ముగుస్తున్నపుడు రోజంతా మీరు చేసిన పనులు తిరిగి సమీక్షించాలి. ఫలితాలు చూస్తే చప్పట్లు కొడతారో, వీపు చరుచుకుంటారో మీకే తెలుస్తుంది."*

ఇది చాలా సరళం: కొత్త రోజు మొదలు పెట్టేముందు గడిచిన రోజు ముగించండి. కొత్తవారం మొదలు పెట్టేముందు గడచిన వారానికి వీడ్కోలు చెప్పండి. అలాగే ప్రతి ఒక్క నెలా, ప్రతి ఒక్క సంవత్సరము. చాలా సరళంగా ధ్వనిస్తున్నది కదా! మీ జీవితం మీద అమిత ప్రభావం కలిగించే సరళ భావాలలో ఇది ఒకటి.

10 వ నిమిషం నుంచి 20 వ నిమిషం వరకు: రేపటి కార్యక్రమం సమీక్ష

ఇది అత్యవసరం. మీరు నిద్రలేచినపుడు, మీరు ఏం చేయబోతున్నారో మీకు ఖచ్చితంగా తెలిసి ఉండాలి. ముఖ్యమైన సమావేశాలు, కాల్స్ ఏమైనా ఉన్నాయా? పని ముగించవలసిన గడువు తేదీలు? ఏమి చేయాలి? వ్యాయామం ఎప్పుడు చేస్తారు? కార్యక్రమంలో అర్జెంట్ గా చేయవలసిన పనులు ఏవైనా ఉన్నాయా? మరి అవి ఎప్పుడు చేస్తారు?

ఈ సులువైన అభ్యాసం నా ఒత్తిడి, ఆదుర్దా పూర్తిగా తొలగిస్తుంది. పరిష్కారం కాని సమస్యలే ఆదుర్దా కంతటికీ మూలం. దానికి తోడు లేనిపోని సమస్యలను గురించి మనం ఆదుర్దాపడుతూ ఉంటాం. కాని, 10.00 గంటల నుంచి 11.00 గంటల వరకు నేను ఫలానా సమస్య చేపడతాను అని నిశ్చయించుకుంటే, మీరు విశ్రాంతి చెందవచ్చు.

అంతేకాదు, రాత్రి పొద్దుపోయిన తర్వాత మీరు చేయగలిగింది ఏమీ ఉండదు. పోయి పడకమీద వాలండి. సమస్యకు పరిష్కారం రేపు, మీ మనసు తాజాగా, కులాసాగా ఉన్నపుడు చేపట్టటానికి వదిలివేయండి.

20 వ నిమిషం నుంచి 25 వ నిమిషం వరకు: మీ సరుకు సిద్ధం చేసుకోండి

"మీరు మరీను." కాదు. నా మెదడుకు ఒత్తిడి కలిగించటం నాకిష్టం లేదు. మీ మెదడు కూడా ఒక కండరం అని తెలుసు కదా! కొన్ని నిర్ణయాలు చేసిన తర్వాత మీ మెదడుకూడా నీరసించి పోతుంది. అప్పుడు మీ నిర్ణయాలు కూడా నీరసిస్తాయి.

దానినే నిర్ణయ నీరసం అంటారు. సాయంత్రంపూట దానిని గురించి నాకు చింత లేదు. ఎందుకంటే నేను పడుకోబోతున్నాను. నా మెదడు మళ్ళీ శక్తి పుంజుకుంటుంది. కొన్ని నిర్ణయాలు అదనంగా చేస్తే కొంప మునిగి పోయేది ఏమీ లేదు. కాని ఆ అదనపు నిర్ణయాలు రేపు ఉదయం ఆలోచిస్తే మీ ఉత్పాదన దెబ్బతింటుంది.రేపు ఉదయానికి మీ తయారీ ఇప్పుడే చేస్తే రేపు ఉదయం మీ మెదడు అమూల్యమైన శక్తి రేపు ఉదయం ప్రయోగించ నవసరం లేదుకదా!

25 వ నిమిషం నుంచి 30 వ నిమిషం వరకు: దర్శించండి

ఇంతకు మునుపే నేను నా క్యాలెండర్ చూసి ఉన్నాను కనుక రేపు ఎలా ఉండబోతున్నదో నాకు తెలుసు. ఇప్పుడు తర్వాత రాబోయే రోజు విపులంగా దర్శించండి.

స్మార్టర్, ఫాస్టర్, బెటర్ అనే తన పుస్తకంలో చార్లెస్ డుహిగ్ ఈ అభ్యాసాన్ని గురించి ప్రస్తావిస్తారు. ఉత్పాదకులైన వ్యక్తులు మర్నాటి రోజును విపులంగా దర్శిస్తారు మన అందరికంటే ప్రత్యేకించి దర్శిస్తారు. ఈ ఆభ్యాసం సాయంత్రాలు చేయటం నాకు నచ్చుతుంది. ఎందుకంటే, పొద్దునే నిద్రలేచినపుడు నేను దర్శించిన వివరాలు నాకు ఇంకా గుర్తు ఉంటాయి.

ఫలితం: మేలుకున్న తర్వాత మగతగా కళ్ళు మూసుకుని పడి ఉండరు

ఇంతకు మునుపు నేను ఎన్నిసార్లు లేస్తూ పడుతూ ఉండేవాడినో చెబితే మీరు నమ్మరు. నిజానికి నా ఫోన్ అలారం మోగటం ఆగిపోయే వరకూ నిద్రలేస్తూ, కునుకు తీస్తూ ఉండేవాడిని. నేను చెప్పేది కునుకుతూ, మేలుకుంటూ ఉండేవారికి బాగా అర్థమవుతుంది. మీరు ఎంత ఎక్కువగా కునుకితే మీరు అంత విజయం సాధిస్తారు! నిజం దీనికి విరుద్ధం. కునకటం పరాజయ శకునం. కాని ఈ 30 నిమిషాల కార్యక్రమం వల్ల నేను మాత్రం ఇక పరాజయం అంటూ ఎరుగను. ఏతావాతా నేను నిశ్చింతగా, ఒత్తిడి లేకుండా నిద్ర పోతాను, ఏకాగ్రతతో మేలుకుంటాను. జరగబోయే రోజు జయప్రదం కావాలంటే ఏమి చేయాలో నాకు బాగా తెలుసు. ఈ 30 నిమిషాల కార్యక్రమంతో నేను సాధించ దలచినది అదే. జీవితం మెరుగు పడుతుందంటే ఈ 30 నిమిషాలు పెట్టుబడి చాలా లాభసాటి వ్యవహారం కదా!

కనుక ఈ రాత్రి ప్రయత్నం చేసి చూడండి. మీరే చూస్తారు. రేపు ఉదయం నిద్ర లేచినపుడు మీరు జీవితంతో ఆడుకోబోతున్నారంటే ఆశ్చర్యం లేదు.

ఇంటర్నెట్ కు దూరమవుతే మీ ఏకాగ్రత ఎందుకు పెరుగుతుంది

ఆధునిక జీవితం చాలా బాగున్నది. మీరు ఇంట్లో ఉన్నా బయట ఉన్నా మీరు సర్వదా ఇంటర్నెట్ కు కనెక్ట్ అయి ఉంటారు. మీ స్మార్ట్ ఫోన్ వల్ల ఈ ప్రపంచమే మీ చేతిలో ఉన్నది. ఘనంగా అనిపిస్తున్నది కదూ? కాదు. మనలో చాలామంది టెక్నాలజీ ప్రయోగించటం లేదు. టెక్నాలజీ వారిని వాడుకుంటున్నది.

యాప్ లు, వీడియోలు, ఆటలు, వ్యాసాలు, వాణిజ్య ప్రకటనలు, టీవీ ప్రదర్శనలు అన్నీ మీ ధ్యాసను కొల్లగొడుతున్నాయి. కనుక మీకు తెలియకుండానే వారం వారం మీరు లెక్కకు అందని గంటలు వ్యర్థం చేస్తున్నారు. మీ ధ్యాస అన్నిటిపట్లా పరుగులు తీస్తున్నది – అవసరమైనది మాత్రం విడిచిపెట్టి.

"ప్రతిచోటా ఉండటం అంటే ఎక్కడా లేనట్లే."

– సేనేకా

నెట్ ఫ్లిక్స్ ఆటోమాటిక్ గా 1, 2, 3 సెకన్లలో తర్వాతి కథనం మొదలు పెడుతుంది. ఎందుకు? అలా జరిగినపుడు, "ఆ విషయం తర్వాత చూద్దాం. మొదట ఈ రాబోయే కథనం చూద్దాం." అని మీ ఆలోచన. యు ట్యూబ్ కూడా అంతే. వారి సలహాలు ఎందుకు అంత బాగుంటాయనుకుంటారు? వారు మిమ్మల్ని బందీలు చేశారు. ఇది అక్కడ కనపడే ప్రతి ఒక్క సమాచారానికీ వర్తిస్తుంది. తర్వాతి వీడియో, తర్వాతి కథనం, తర్వాతి వ్యాసం, తర్వాతి ఆట,

తర్వాతి రౌండ్, తర్వాతి చిత్రం, మీకు ఏది కావాలంటే అది, ఎప్పుడూ ఉంటూనే ఉంటాయి.

తమాషా ఏమిటంటే ఇటువంటి వ్యాసాలు చదివే వారందరికీ ఏకాగ్రత లేకపోవటం శ్రేయస్కరం కాదని బాగా తెలుసు. పరధ్యాసవల్ల కలిగే కష్టనష్టాలను గురించి ఇటీవలి కాలంలో అనేక పరిశోధనా వ్యాసాలూ వెలువడ్డాయి. ఈ పరధ్యాసవల్ల ముఖ్యంగా అధికమైన ఒత్తిడి, విపరీతమైన నిరాశ, సమయాభావం, ప్రయత్నమూ పెరుగుతూ ఉంటాయని పరిశోధనల ఆవిష్కరణ.

ఏకాగ్రతతో కూడిన పని కష్టం. మనకు అప్పటికే పరధ్యాస ఏర్పడింది

అది మీ తప్పు కాదు. పనిచేయటానికి ఎదురు తిరిగే మీ మెదడుది. టెక్నాలజీ అంతా మీ మెదడును ఆక్రమించి మిమ్మల్ని కట్టిపడేస్తుంది. అది మిమ్మల్ని ఖాతాదారులను చేసుకుంటుంది. కనుక ఇంటర్నెట్ ను, టెక్నాలజీని ఎదిరించటానికి ఎన్నడూ ప్రయత్నం చేయకండి. గతంలో మీరు అది ప్రయత్నించి ఉంటారని నేను పందెం కాస్తాను. "ఆలోచనా రహితంగా నేను గంటల తరబడి బ్రౌజ్ చేయబోవటం లేదు." అనుకున్నారా? అవునా, కాదా?

మరి మార్గం ఏమిటి? ఇటీవల వాయిదా వేయటం మానివేయటం ఎలాగో ఒక వ్యాసం వ్రాశాను. అందుకు ఒక వ్యవస్థ సృష్టించాను. ఆ వ్యవస్థలో అత్యంత కీలకమైన అంశం:

ఇంటర్నెట్ డిస్కనెక్ట్ చేయండి

అందుకు కారణం ఒకే ఒకటి. అతి సర్వత్ర విడిచిపెట్టాలి. మంచి విషయం అయినాసరే.

- మితిమించిన వ్యాయామం? ఆయాసం మిగులుతుంది
- విపరీతమైన ప్రేమ? మీరు జనాన్ని చంపుకు తింటారు.

- మితిమించిన పని? మీ శక్తి ఉడిగి పోతుంది.
- మితిమించిన తిండి? మీరు లావెక్కుతారు.
- మితిమించిన నీరు? మీరు చచ్చిపోతారు.

మరి ఇంటర్నెట్ మీద అంత సమయం ఎందుకు గడుపుతారు? రెండేళ్ళ క్రితం ఆ ప్రశ్న నాకు నేనే వేసుకున్నాను. నాకు సమాధానం దొరకలేదు. అప్పుడు నా ఆలోచన: నేను అన్నీ తగుమోతాదులో చేస్తాను కదా! ఇంటర్నెట్ లో అలా ఎందుకు చేయటం లేదు? ఇంటర్నెట్ వాడకంలో మధ్యేమార్గం అంటూ ఏమీ లేదని తెలుసుకున్నాను. మీరు ఎంత తినగలిగితే అంత అనే బుఫే వంటిది. మీ కడుపు నిండింది. అయినా మీరు తింటూనే ఉంటారు. మిమ్మల్ని మీరు పూర్తిగా కూరినింపిన తర్వాత, పశ్చాత్తాపం మిమ్మల్ని సజీవంగా కబళించివేస్తుంది.

ఇంటర్నెట్ వాడకం కూడా అంతే. దాని ఆకర్షణ అమోఘం. అక్కడ కలిగే తృప్తి అసమానం. దానికి తోడూ అది సర్వదా, సర్వత్రా అందుబాటులో ఉన్నది. కనుక మీరు అన్నీ వదిలిపెట్టి దానివెంట పడతారు. యు ట్యూబ్, వాట్సప్, ఫేస్ బుక్, శ్నాప్ చాట్, వగైరా వగైరా. పరధ్యాస కలిగించే సమాచారం అంతా నిర్మూలించాలని నా మతం. కాని సన్యాసిలా ఏకాంతంగా బతకటంకూడా నా అభిమతం కాదు. కనుక రెంటికీ మధ్యేమార్గం కనుక్కోవలసిన తరుణం వచ్చింది. ఇంటర్నెట్ పట్ల నా వైఖరిలో ఒక చిన్న మెలిక పనిచేసింది అని గ్రహించాను.

"సర్వదా సంయోగం" స్థానే "సర్వదా వియోగం"

ఆచరణలో ఇది ఎలా పని చేస్తుందంటే:

- నా ఫోన్ లో వైఫై, మొబైల్ డేటా ఎప్పుడూ స్విచ్ ఆఫ్ లో ఉంటాయి. నాకు అవసరమైనపుడే వాటిని ఆన్ చేస్తాను.
- నా ల్యాప్ టాప్ మీద నేను పని చేస్తున్నప్పుడు,సెల్ఫ్ కంట్రోల్ అనే యాప్ ప్రయోగిస్తాను (విండోస్ కు ఫోకస్ మి ప్రయత్నించండి). ఆ యాప్ పరధ్యాస కలిగించే స్థావరాలను అడ్డుకుంటుంది. ఎవర్ నోట్, డే ఒన్, ఆఫీస్ 365 వంటి నాకు ముఖ్యమైన యాప్ లు కనెక్ట్ అయి ఉంటాయి.

నేను చేస్తున్న పని భద్రపరుచుకోవటానికి ఉపయోగ పడుతుంది. అదే ప్రయోజనం.

సర్వదా సంయోగం మీ ఏకాగ్రతకు, ఉత్పాదనకు శ్రేయస్కరం కాదు. అది జిమ్ కు వెళ్ళటం, డిన్నర్ తినటం వంటిదే. లేదా మీ ప్రణయ స్వామితో సాయంత్రం గడపటం వంటిది. అవి ఏవీ మీరు రోజుకు ఇరవైనాలుగు గంటలూ చేస్తూ కూచోరు కదా! అరగంట, గంట, లేదా కొన్ని గంటలు మాత్రమే చేస్తారు. అవి ఏవైనా అతిగా చేస్తే వికటిస్తాయి.

ఇంటర్నెట్ డిస్కనెక్ట్ చేసిన తర్వాత నాకు అద్భుతాలు జరిగాయి. నా స్మార్ట్ ఫోన్, ఇ మెయిల్, వార్తలు రోజుకు 500 సార్లు చూడాలనే తపన చల్లారింది.

కొంతకాలం గడిస్తే, మీరు ఏమీ మిస్ కావటం లేదనే అనుభూతి మీకు కలుగుతుంది. అప్పుడు మీ జీవితంలో ప్రశాంతత ప్రవేశిస్తుంది. ఉపయోగకరమైన పని ఎక్కువగా నడుస్తుంది. ఎప్పటికంటే ఎక్కువ సాధించాను. నా పరధ్యాస తగ్గుముఖం పట్టింది. నాకు ఆనందం కలిగించే విషయాలమీద గడపటానికి సమయం దొరుకుతున్నది.

మీరు నిశితంగా గమనిస్తే ఇంటర్నెట్ అన్నది కేవలం ఒక సాధనం. మనలో కొందరు అదే సర్వస్వం అనే దృష్టితో ఉంటారు. కొన్ని సంవత్సరాల తర్వాత వెనక్కు తిరిగి చూస్తే, ఇంటర్నెట్ మీద కాలక్షేపం చేయనందుకు నేనేమీ చింతించనని నా దృఢవిశ్వాసం.

ఇది మీరు ఊహించ గలరా? మీరు అంతిమ క్షణాలలో మీ కుటుంబంతో "యు ట్యూబ్ మీద ఫెయిల్ ప్రదర్శనలు ఎన్నో చూసినందుకు నాకు ఆనందంగా ఉన్నది." అంటారా? ఎంతమాత్రమూ అనరు. బహుశ మీ కుటుంబం, మీ మిత్రులతో మీరు గడిపిన మధుర క్షణాలు నెమరు వేస్తారు. లేదా మీరు ప్రయాణాలలో సంఘటనలు జ్ఞాపకం చేసుకుంటారు. లేదా మీ ఉద్యోగంలో ఎంత ఆనందించారో స్మృ తి చేస్తారు.

కనుక ఇంటర్నెట్ చెత్త తగ్గించండి. అది మీకు నిరాశ తప్ప మరేమీ మిగల్చ బోవటం లేదు. ఈ వ్యాసం చదివిన తర్వాత డిస్కనెక్ట్ చేయండి. ఏమి

చేయాలో తోచక ఒక వందసార్లు మీ ఫోన్ చేతికి తీసుకుంటారు. లేదా మీ కీ బోర్డ్ మీద ఓమీట (ఫేస్ బుక్ కోసం) పదేపదే నొక్కుతారు. కాని ఒకటి మాత్రం ఖాయం: డిస్కనెక్ట్ చేస్తే మీరు ఎక్కువ పని చేయగలుగుతారు. ఎక్కువ సాధిస్తారు. జీవితం అంటే అదే గదా మరి!

వాయిదాలు వేయటానికి అన్నిటినీ మించిన ఏకైక కారణం

జీవితంలో నేను వాయిదాలు వేయటానికి అలవాటుపడి పోయాను. నా 16 వ ఏట నాకు వేసవి ఉద్యోగం దొరికింది. పని టలాయించటానికి సాధ్యమయినవన్నీ చేశాను. ఒక టెలికాం కంపెనీలో సేల్స్ ఉద్యోగం దొరికింది. క్లయంట్లకు మొబైల్ ఫోన్ కాంట్రాక్ట్ లు అమ్మటం నా ఉద్యోగం.

ఆ కంపెనీలో ఒక సాఫ్ట్ వేర్ పథకం ఏర్పాటు చేశారు. ఒక కాల్ పూర్తయిన వెంటనే ఆటోమాటిక్ గా తర్వాతి కాల్ మరొక క్లయంట్ కు వెళ్తుంది. అంటే మీరు నిరంతరమూ ఫోన్ మీదనే ఉండాలి. ఆ భారం తప్పించుకోవటానికి నేను ఒక మార్గం కనుక్కున్నాను. ప్రతి ఒక్క కాల్ ముగిసిన తర్వాత అక్కడ ఏమిజరిగిందో సిస్టంలో రికార్డ్ చేయాలి. "క్లయంట్ ఆసక్తి చూపారు. కాని ఆయన తన మనవడితో మాట్లాడాలి." వంటివి. నా అమ్మకాలు అధికభాగం వయసు మళ్ళిన వారికే (అది నాకు గర్వకారణం ఏమీ కాదు).

వాయిదాలు వేయటంలో చెయ్యి తిరిగిన వాడిని కదా! ఒక కాల్ సారాంశం రికార్డ్ చేయటానికి నేను సుదీర్ఘమైన కథనం చెప్పి కాలయాపన చేసేవాడిని. మా మేనేజర్ నా కాల్స్ తక్కువగా ఉండటానికి కారణం అడిగారు. "నా సహోద్యోగులు క్లయంట్ ను కాల్ చేస్తే, ఆమె తన మనవడితో మాట్లాడి చెబుతానన్నారు. అది విలువైన సమాచారం కదా!" అని నా సమాధానం.

తర్వాతి కాల్ ఆలస్యం చేయటానికి నాచేతనయినదంతా చేశాను. యూనివర్సిటీ లో – మార్కెటింగ్ లో మాస్టర్ డిగ్రీ – చదివేటపుడుకూడా నేను

చదువు వాయిదా వేశాను. ప్రాజక్ట్ పూర్తి చేయటానికీ, పరీక్షలకు చదవటానికీ ఆఖరు క్షణం వరకూ కాచుకొని ఉండేవాడిని.

చదువు పూర్తయిన తర్వాత నేను ఫ్రీ లాన్స్ మార్కెటింగ్ కన్సల్టెంట్ గా పని చేశాను. అప్పుడు "నేను పరిశోధన చేస్తున్నాను." అని నాకు నేనే చెప్పుకునే వాడిని. అన్నీ ఆఖరుక్షణం వరకూ ఎందుకు వాయిదా వేసేవాడినో నాకే తెలియదు. అది నా స్వభావం అనుకుండేవాడిని. నా స్నేహితులు చాలామందిది కూడా అదే ధోరణి. "పని ఎవడికి కావాలి. పోయి బీర్ తాగుదాం పద."

పని అంటే మనకు గిట్టదు. డబ్బూ, పరపతి కావాలి కనుక, గతిలేక పని చేస్తాం." అని ఆనాడు నా నమ్మకం. అదే నిజమని మనలో చాలామంది నమ్మకం. అదే శోచనీయం. అదృష్టవశాత్తు నా వాయిదాల స్వభావం ఈ సంవత్సరం మారిపోయింది. ఏదో ఒక ఉత్పాదన మాయాజాలమో, సాఫ్ట్ వేర్ మహత్యమో నన్ను ఉత్పాదక యంత్రంగా మార్చలేదు. ప్రస్తుతం నా ఉత్పాదన, నా ఏకాగ్రత ఎప్పటికంటే ఉన్నతస్థాయి చేరుకున్నాయి. గతంలో కంటే ఇప్పుడు నేనుచేసే పనిలో నాకు సంతృప్తి కలుగుతున్నది.

ఆ రహస్యమేమిటో తెలుసుకోవాలని ఉన్నదా? చివరకు నాకు చాలాఇష్టమైన పని చేస్తున్నాను.

అదీ విషయం. పని ఎంతమాత్రమూ చెడ్డది కాదు- వ్రాయటమంటే నాకు చాలా ఇష్టం. అందుకే వారానికి ఏడు రోజులూ ఆ పని చేస్తూ ఉంటాను. ఇంతకు మునుపు నేను చేసిన ఉద్యోగాలు, నేను మొదలుపెట్టిన వ్యాపారాలు, చదువు చెప్పటానికి నేను చదవటం ఇవేవీ నాకు సుతరామూ ఇష్టం లేని విషయాలు.

చేతనున్న సమయం ఎలా వినియోగించాలో తెలియక మనం వాయిదాలు వేస్తామని ఇంతకూ పూర్వం అనుకునే వాడిని. అందుకే ఉత్పాదనలు పెంచుతాయనే ప్రతి ఒక్క పద్ధతి, వ్యవస్థ, సాఫ్ట్ వేర్ అన్నీ ప్రయత్నించాను. సార్థకమైన పని చేయటంతో పోలిస్తే అవన్నీ శుద్ధ దండగ. మీకు ఏదైనా సాధించాలని ఉన్నదా? మీకు ముఖ్యమైన పని చేయండి.

ఉత్పాదన కార్యక్రమాలకు చాలామంది ఆసక్తి చూపుతారు. అక్కడ తరుచు సమయం ఎలా సద్వినియోగం చేయాలో బోధిస్తూ ఉంటారు. సమయం

సద్వినియోగం అంటే నాకు గబగబా చదవటం జ్ఞాపకం వస్తుంది. మనలో చాలామంది తక్కువ సమయంలో ఎక్కువ పుస్తకాలు చదవాలనే కోరికతో గబగబా చదవటానికి ప్రయత్నిస్తారు. ఎందుకు? చదవటమంటే నాకు చాలా ఇష్టం, ఆనందం. చదవటానికి ఎక్కువ సమయం, తక్కువ సమయం అంటూ ఏమీ లేదు. మనం చేయవలసిన అసలుపని వదిలేసి, ఫలితాలమీదనే దృష్టి పెడుతున్నామనిపిస్తుంది నాకు.

ది ఆబ్స్టకిల్ ఈజ్ ది వే పుస్తక రచయిత ర్యాన్ హాలిడే వేగపఠనం గురించి

"ఏదైనా పుస్తకం గబగబా చదివి ముగించాలనుకుంటే "ఈ పుస్తకం బాగున్నదా లేదా?" అని మిమ్మల్ని మీరు ప్రశ్నించుకోండి. మీరు ఆనందించని పుస్తకాలు చదవటం అంటే అమూల్యమైన జీవితం వృధా చేయటమే." అంటారు.

ర్యాన్ వ్యాఖ్య మీరు జీవితానికీ, ఉద్యోగానికీ కూడా అమలు పరచవచ్చు ననుకుంటాను. మీకు ఇష్టం లేని పనిచేయటం అంటే జీవితం వ్యర్థం చేయటమే. మీరు ఎన్ని ఉత్పాదన కార్యక్రమాలైనా హాజరు కావచ్చు. చేసే పనిమీద మీకు పాశం లేకపోతే మీ ఉత్పాదన పెరగ బోవటంలేదు. మీకు వాయిదాలు వేయటం అలవాటు అయి ఉంటే, "నేను చేసే పనిమీద నాకు పాశం ఉన్నదా?" అని ప్రశ్నించుకుని పరిశీలించండి.

"లేదు" అని మీ సమాధానం అయితే, మీరేం చేయాలో మీకు బాగా తెలుసు. మీకు ఎందులో బాగా పాశం ఉన్నదో తెలుసుకొని, ఆ పని చేయండి. అప్పుడు మీరు ఒక్క క్షణంకూడా వాయిదా వేయరు. సమయం పరిమితం అని మన అందరికీ తెలుసు. తదనుగుణంగా ప్రవర్తించవచ్చు గదా! ఇక్కడ మీకు చేతఉన్న సమయం పరిమితమని తెలిసినపుడు దాన్ని వృధా చేయటమెందుకు?

> *"మనమందరమూ టైం చాలటం లేదని గోలపెడతాం. కాని మనకు ఏమి చేయాలో తెలియనంత టైం మన చేతిలో ఉన్నది. మనం ఏమీ చేయకుండా, లేదా సార్థకమైనది ఏదీ చేయకుండా, లేదా మనం చేయవలసిన పని చేయకుండా జీవితాలు గడిపివేస్తాం. మనకు కొద్ది రోజులే మిగిలి ఉన్నాయని గొడవ*

చేస్తూ ఉంటాం. కాని వాటికి అంతు లేదన్నట్లు వ్యవహరిస్తూ ఉంటాం.”

– లూషియస్ అనేస్ సెనెకా

"మీకు ఎందులో పాశం ఉన్నదో ఆ పని చేయండి” అన్నది నామతం. కాని మీరు ఎందులో సమర్థులో ఆ ఆపని చేయండి” అని కూడా నా విశ్వాసం. మీకు ఇష్టమైన పని, మీకు చేతనయినపని, ఆ రెంటి మధ్యనే అసలు రహస్యం దాగి ఉన్నది. ఐ విల్ టీచ్ యు టు బి రిచ్ రచయిత రామిట్ సేథి పని, పాశము కలిసి జంటగా నడుస్తాయంటారు. మన పని చేయటంలో సామర్థ్యం వచ్చినపుడు, ఆ పనిపట్ల మనకు పాశం కలుగుతుందంటారు.

నేను ఉత్పాదక సలహాలు, కిటుకులు నిరర్థకం అనటం లేదు. వాస్తవానికి ఉత్పాదక రహస్యాలను గురించి నేనూ వ్రాశాను. అవి నా ఉత్పాదన వృద్ధి చేశాయి. సార్థకమైన పని చేయటమే వాయిదాలకు విరుగుడు అంటాను నేను.

వాయిదాలు వేస్తున్నారు అంటే మీరు నిరర్థకమైన పని చేస్తున్నారు అని సంకేతం. వాయిదాలు వేసే అలవాటు చేసుకోకండి. మీ కలలు, లక్ష్యాలు వాయిదా వేయటం అన్నిటికంటే ఘోరమైన దురలవాటు. మంచి ముహూర్తం కోసం కాచుకు కూర్చున్నారంటే బెంజమిన్ ఫ్రాంక్లిన్ చెప్పినట్లు, మీరు ఆలస్యం చేయవచ్చు. కాలం మాత్రం ఆలస్యం చేయదు.” మీరు నా మాట వినకపోయినా కనీసం ఆయన మాట వినండి.

ప్రాచీనమైన ఈ అలవాటు మీ ఏకాగ్రతను శిఖరాగ్రం చేర్చుతుంది

చిన్నప్పటినుంచీ నాకు చాలా విషయాలను గురించి దిగులు. నా డబ్బు, నా ఆరోగ్యము, నా భవిష్యత్తు నా అభిమాన విషయాలు. మీ అభిమాన విషయం ఏమిటి? మీరు దేనిని గురించి భయపడుతూ ఉంటారు? దేనిని గురించీ మీకు ఎటువంటి చింత, భయమూ లేదని మాత్రం చెప్పకండి. మీకు ఎంతమాత్రము భయం లేదంటే మీరు ఒక రోబో అన్నమాట! ఎన్నడూ జరగబోని విషయాలను గురించి ఆలోచిస్తూ ప్రతి ఒక్కరూ కాలం గడుపుతారు. భయం అంటే అదే. 16 వ శతాబ్దం తత్వవేత్త మైఖేల్ డి మాన్టేన్ దీనిని చాలా చక్కగా చెప్పారు:

> *"నా జీవితం అంతా ఘోరమైన దురదృష్టాల మయం. వాటిలో ఏవీ ఎన్నడూ జరగలేదు."*

కష్టాలలోనుంచి మనలను బయట పడేయటానికే భయం కలుగుతుందని మన అందరికీ తెలుసు. కాని ఈ ఆధునిక ప్రపంచానికి ఆ సూత్రం వర్తించదు. ఈనాడు మీ మనసును ఆక్రమించేది భయం ఒక్కటే.

మన ఆలోచనలన్నీ భయం, చింత, ఒత్తిడులతో నిండి ఉన్నాయి. మనం మన లక్ష్యాలమీద మనసు నిలపలేము. మీకు అవకాశాలు, వనరులు ఎన్నైనా ఉండవచ్చు. సంపూర్ణమైన జీవితానికి అవి ఏవీ అవసరం లేదు. ఇది నా వ్యక్తిగత అనుభవం.

మీకు ఏమి కావాలి? అది సాధించటం ఎలా? ఈ రెండూ తెలుసుకోవటం అన్నిటికంటే ముఖ్యం. అందుకే మీరు ప్రతిరోజూ మనసు ఏకాగ్రం చేయాలి. పని చేయకుండా ఏ లక్ష్యమూ ఏనాడూ నెరవేరదు. అందుకే కాలగతికి ఎదిరి నిలిచిన ఒక పురాతనమైన అలవాటు మీ అందరికీ ఇక్కడ చెప్పాలనుకున్నాను. ఈ అలవాటు పునఃపునః తన శక్తి నిరూపించింది.

మంత్రం శక్తి

నేను ఆధ్యాత్మిక వ్యక్తిని కాను. నేను అదృష్టాన్ని, యాధ్రుచ్ఛికతను నమ్ముతాను. మనకు కంటికికనపడని ఆధ్యాత్మిక శక్తి నేను నమ్మను.

నేను చాలా సంశయాత్మకుడిని. కాని యదార్థవాదిని కూడా. ఏది పనిచేస్తుందో దానిని నేను నమ్ముతాను. మతము, ఆధ్యాత్మికత లక్షలాది ప్రజలకు ఫలితాలు చూపిస్తాయి. కనుక ఆ రెంటినీ ఎన్నడూ సవాలు చేయను. వాస్తవంగా నేను మతం, సంస్కృతులు, మనుషులకు ఉన్న వివిధ విశ్వాసాలు అధ్యయనం చేస్తాను. మంత్రం ఎంత ఉపయోగకరమైనదో మతంనుంచే నేర్చుకున్నాను.

మనలో చాలామందిమి దానిని గురించి విన్నాం. కాని మనలో అతికొద్దిమందికి మాత్రమే ఒకటో అరో మంత్రం తెలుసు. వారిలో ఇంకా అతికొద్దిమంది మాత్రమే దానిని అభ్యాసం చేస్తారు. ఇంతకూ అసలు మంత్రం అంటే ఏమిటి? ఆన్ లైన్లో నాకు చాలాబాగా నచ్చిన నిర్వచనం:

> *"మంత్రం అంటే పవిత్రమైన ఉచ్చారణ. ఆధ్యాత్మిక శబ్దం. సంస్కృత అక్షరం, పదం లేదా వర్ణాలు లేదా పద సముచ్ఛయం. మంత్రానికి మానసిక, ఆధ్యాత్మిక శక్తులు ఉంటాయని మంత్రం జపించేవారి ప్రబలవిశ్వాసం."*

శతాబ్దాలనుంచీ మంత్రాలు ఏదో ఒక రూపంలో ఉంటూనే ఉన్నాయి. హిందూయిజం, బుద్ధిజం, తావోయిజం, క్రైస్తవం అన్ని మతాలలోనూ ఇవి దర్శనం ఇస్తాయి. భయంనుంచి బయట పడటానికి, ఏకాగ్రత పెంచుకోవటానికి విశ్వవ్యాప్తంగా మనుషులు మంత్రాలు ఉపయోగిస్తారని

తెలుసుకున్నాను. అందులో ఏది ముందు ఏది వెనక అన్నది ముఖ్యం కాదు. అవి పని చేస్తాయన్నది ముఖ్యం.

ఫ్లాయిడ్ మేవెదర్ ఈ మంత్రం ఆచరణ అమలు జరుపుతారు. ఆయన నా అభిమాన ఉదాహరణ

అవును ఆయన ఒక బాక్సర్. మేవెదర్ ఒక వివాదాస్పద వ్యక్తి కావచ్చు. ఆయనను ప్రేమించేవారూ, ద్వేషించేవారూ కూడా ఉన్నారు. బాక్సర్లు అందరిలోనూ ఆయన ఉత్తములుగా పరిగణించబడ్డారు. ఉత్తములలో ఒకరుగా కాదు, పరమోత్తములుగా పరిగణించబడ్డారు. ఆయన 50 పోటీలు పోరాడి, 50 పోటీలూ నెగ్గారు. ఆయన ఓటమిని ఎన్నడూ దరిదాపులకుకూడా రానీయలేదు.

విజయానికి ఆయన చిట్కా ఏమిటి? అసాధారణ నైపుణ్యం. అందుకు తిరుగులేదు. ఆయన మతి పోగొట్టించే కృషి చేస్తారు. అదేకాదు ఆయన పసితనం నుంచీ శిక్షణ మొదలు పెట్టారు.

సంవత్సరాల తరబడి నేను ఆయనను అనుసరిస్తున్నాను. ఆయనకు ఎన్ని కార్లు ఉన్నాయో, ఎంత డబ్బు ఉన్నదో నాకు అనవసరం. నేను ఆయన ట్రెయినింగ్ వీడియోలు చూస్తాను. నా జీవితంలో అమలు జరపటానికి తగినది ఏదైనా ఆయన ట్రెయినింగ్ లో దర్శన మిస్తుందా అని నా ఉత్కంట. అటువంటి అద్భుత ఫలితాలు సాధించిన వ్యక్తిఅన్నీ సక్రమంగా చేస్తూ ఉండాలి. కదా! మీరు కాదనలేరు.

కొన్ని సంవత్సరాల క్రితం నేను ఒక విచిత్రం చూశాను. మొదట్లో నేను అది ఒక ప్రచార కసరత్తు అనుకున్నాను. మేవెదర్ తరుచు :

"హార్డ్ వర్క్. డెడికేషన్ (కృషి , అంకితభావం)"

అన్న పదబంధం వల్లిస్తూ ఉండేవారు. అది సంస్థ కుంటినినాదంలా ధ్వనించేది. హెవీ బ్యాగ్, స్పీడ్ బాల్, ప్యాడ్స్, పరిగెత్తే టప్పుడు కూడా ఆయన ఆ మంత్రం వల్లిస్తూ ఉండేవారు. ఆ పదబంధం ఆయన నిరంతరమూ జపిస్తూ ఉండేవారు. కొన్నిసార్లు మరొక క్రమంలో వల్లించేవారు.

మేవెదర్ మంత్రం గురించి తెలిసిన తర్వాత గాని నేను నా మంత్రజపం ఆరంభించ లేదు. ఆధ్యాత్మికత సాధించ టానికి యోగులు చేసే సాధన అని అంతవరకూ నా అభిప్రాయం. నేను నేలమీద పద్మాసనంలో కూర్చొని హమ్... హం...హం.." అనటం చూశారా?

"లేవండి బయలుదేరుదాం"

అదీ నా మంత్రం. ఉదయం నిద్రలేవగానే అది జపించటానికి నాకు నేను శిక్షణ ఇచ్చుకున్నాను. అది నాకు నిజంగా చాలా శక్తినిస్తుంది. కళ్ళు తెరవగానే "లేవండి బయలు దేరుదాం" అని మొదలు పెడతాను.

నేను వేరు వేరు మంత్రాలతో ప్రయోగాలు చేశాను. ముఖ్యంగా మనం తరుచు పునశ్చరణ చేసే వాటితో. కాని అవి నాకు పట్టుబడలేదు. నాది ముక్కుసూటి వ్యవహారం. అనవసరమైన చెత్త అంటే నాకు గిట్టదు. క్లుప్తంగా శక్తివంతమైన పదాలు నాకు ఇష్టం. నిద్ర మేలుకోగానే మాత్రమే కాదు, పని మొదలు పెట్టబోయేటపుడు కూడా నేను ఆ మంత్రం జపిస్తాను. నా వ్యాయామం మొదలుపెట్టబోయేటపుడు కూడా. "లేవండి బయలు దేరుదాం."

మీరు కూడా ప్రయత్నించి చూడండి. నాకు అది బాగా పనిచేస్తుంది. నా మనసును క్రియాత్మకం చేస్తుంది. ముఖ్యంగా నాకు భయం వేసినపుడు, నిర్వీర్యంగా అనిపించినపుడు, నా పరిస్థితి మార్చుకోవటానికి శాయశక్తులా ప్రయత్నిస్తాను. "ఆ దారిన వెళ్ళటం ఒకటే దారి." అన్న నానుడి విన్నారు కదా! అది నిజమని నా నమ్మకం. మీరు ఏది సాధించాలన్నా, క్రియ అత్యవసరం.

మీ మంత్రం జపించటం మొదలు పెట్టిన తర్వాత, మీరు నిర్భయక్షేత్రం చేరుతారు

వ్యక్తిగత వికాసం కావాలంటే ఇది అన్నిటికంటే ప్రభావశాలి అయిన సాధనం. ప్రతి ఒక్కరూ ఒక మంత్రం జపించాలని నా దృఢ విశ్వాసం. మీరు చేయవలసిందల్లా మీకు ఏకాగ్రత కలిగించే ఒక పదబంధం. అది మీ ఏకాగ్రతకు సాయపడి, మీ స్థితి మార్చివేస్తుంది. ప్రయత్నించి చూడండి:

"కాని నేను నమ్మను."

నిరాశావాదులు "కేవలం మూడు ముక్కలు వల్లించినంత మాత్రాన సమస్యలు పరిష్కారం కావు." అనవచ్చు. వారికి నా విన్నపం. మరి ఎలా పరిష్కారం అవుతాయి? మీ దుఃఖంలో మునిగి తేలుతూ ఉంటేనా? నిర్వీర్యంగా పడి ఉంటేనా? ఏమీ చేయకుండా కూర్చుంటేనా? ఫిర్యాదులు చేస్తేనా? జీవితం దుర్భరమని ఏడుస్తూ కూర్చుంటేనా?

ఎన్నటికీ కాదు. జీవితం పరిమితం. తాత్కాలికం. ఎన్నడూ జరగబోని విషయాలను తలుచుకొని ఏడుస్తూ కూర్చుంటే ప్రయోజనం శూన్యం అని మన అందరికీ తెలుసు. మీకు ఏదైనా చెడు జరిగితే దానిని గురించి ఏదైనా చర్య చేపట్టండి.

మేలైన ఏకాగ్రత ఎలా: మీ ధ్యాస నియంత్రించండి (మీ సమయం కాదు)

ఎటువంటి ఆటంకాలు, అవరోధాలు లేకుండా రోజులో మీరు ఎన్ని నిమిషాలు ఏకధాటిన పని చేయగలరు? 10, 20 ఇంకా వీలయితే 50 నిమిషాలు? అది చాలా తక్కువగా అనిపిస్తే, మీ జీవితం పరిశీలించండి. మనలో చాలామందికి 10 నిమిషాలకు మించి అవరోధాలు ఆటంకాలు లేని సమయం దొరకదు.

మన అందరి పరస్పర సంపర్కం కారణంగా మీ మీద, మీ పనిమీద ఏకాగ్రం చేయటానికి సమయం దొరకటం అసాధ్యం అయి కూర్చున్నది. మనలో కొందరికి రోజుకు వందలాది సందేశాలు, ప్రకటనలు, సూచనలు వస్తూ ఉంటాయి. మీరు ఇక్కడ ఒక వాట్సప్ సందేశం, అక్కడ ఒక ఇ మెయిల్, స్నేహితులతో సంభాషణ, ఆ తర్వాత సహోద్యోగితో సంభాషణ ఏదో ఒకటి చేస్తూనే ఉంటారు. చాలామందికి ప్రకటనలు, సూచనలకు జవాబులు చెప్పటంతోనే రోజంతా గడిచిపోతుంది. ఒకవిధంగా మీరు ఇతరులకు బందీ అయినారు.

కనుకనే నా ఏకాగ్రత మెరుగుపడటం ఎలా?" అని మనలో చాలామంది అడగటంలో ఆశ్చర్యం లేదు.

నా న్యూస్ లెటర్ లో సభ్యులు కొత్తగా చేరినపుడు వారి సవాళ్లు ఏమిటని నేను సాధారణంగా అడుగుతాను. ఆ ప్రశ్నకు సమాధానం చెప్పేవారిలో

చాలామటుకు ఏకాగ్రతకు సంబంధించిన విషయం ఏదో ఒకటి చెబుతారు.

గత సంవత్సరం నా న్యూస్ లెటర్ కు వచ్చిన సమాధానాలు సర్వేక్షణ చేస్తే, 28 శాతం ఏకాగ్రత, సమయ పాలన తమ సవాలు అని చెప్పారు. పాఠకుల సమాధానాలలో రెండు ఉదాహరణలు:

- "నేను చేయవలసిన పనుల మీద మనసు నిలపటమే ఉద్యోగంలోనూ, జీవితంలోను నా ప్రప్రథమ సమస్య. నేను పని మొదలు పెట్టగానే నా మనసు చిల్లరమల్లర విషయాల మీదికి పరుగులు తీస్తూ ఉంటుంది."
- "దేనిమీద మనసు నిలపాలో ఎలా తెలుసుకోవటం? అదే నాకు అన్నిటినీ మించిన సవాలు."

ఈప్రశ్నలుగతంలోనన్నుకూడావేధించాయి.నేనుకనుక్కున్నదేమిటో తెలుసా? ఈ పరధ్యానం, అన్యమనస్కత ఈ 21 వ శతాబ్దం లో పుట్టుకువచ్చిన కొత్తసమస్యలు ఏమీ కాదు. పరధ్యానం, అన్యమనస్కత జీవితంలో నిత్య అంశాలు. మీ స్మార్ట్ ఫోన్, యు ట్యూబ్, ఆన్ లైన్ షాపింగ్, ఇంస్టాగ్రాం, మేరేవీ మీ ఏకాగ్రత భంగానికి కారణాలు కావు. దానికి దీనికి సంబంధమే లేదు. అది మానవ నైజం. బిజీగా ఉండటం మన నైజం. మన అభిమాన విషయం. సోక్రటీస్ పాశ్చాత్య తత్త్వ శాస్త్ర మూల పురుషులు

"తీరికలేని జీవితం వంధ్యత్వాన్నికళ్ళు తెరిచి చూడండి." అని 2400 సంవత్సరాల క్రితం హెచ్చరించారు.

తీరికలేకుండా ఉండటం శుభసూచకం కాదు.

తీరికలేమి, పరధ్యాస రెండూ తోడుదొంగలు. పరధ్యానం ఉండకూడదా? అయితే అడవులలోకి తరలండి. కాని జీవితం అంటే అది కాదు కదా! దానికి తోడు ఆధునిక జీవితం అతి మధురం. సెనెకా వైరాగ్యం పొందిన వేదాంతవేత్త.

"లెటర్స్ ఫ్రం ఎ స్టాయిక్" అన్న తన రచనలో ఆయన అంటారు: "పరధ్యానం కలగని క్షణమే లేదు."

పరధ్యానం, వికర్షణ సర్వదా ఉంటాయి. కనుక మీరు మీ సమయానికి కాక, మీ ధ్యాసకు శిక్షణ ఇచ్చుకోవటం ఆరోగ్యకరం. జనం చేసే అతిపెద్ద పొరపాటు అదే. మనం సమయ పాలనం చేయగలమని మన అపోహ. కాని అది అసాధ్యం, మీరు సమయాన్ని పాలించలేరు. మీరు చేయగలిగింది మీ ధ్యాస నియంత్రించుకోవటమే.

ఒక్క విషయం గుర్తు ఉంచుకోండి: మీ ఏకాగ్రతే మీ జీవితం విలువ నిర్ణయిస్తుంది. ఏకాగ్రత లేదు అంటే, మీ ధ్యాస మీ వశంలో లేదన్నమాట. మీ వశంలో లేదు అంటే నిరాశ. నిరాశ దేనికి దారితీస్తుందో మన అందరికీ తెలుసు. కనుక మీ ధ్యాస వశం చేసుకోండి. మీ సమయం కాదు.

భాగం రెండు

ఉత్పాదన అభివృద్ధి

అన్నిటిలాగానే ఇదీను. ఎక్కడో ఏమూలనో ఏచిన్న పొరపాటు జరిగినా, మొత్తం పొరపాటు అయినట్లే."

– కార్మాక్ మెక్కార్థీ

స్మార్ట్ ఫోన్ మీ ఉత్పాదనను మీరు అనుకున్నదానికంటే అధికంగా హానిచేస్తుంది

నన్ను నమ్మండి, ఈ వ్యాసం చదవటానికి మీరు ఉపయోగిస్తున్న సాధనం మీ స్నేహితులు కారు. మీ ల్యాప్ టాప్ మీదనో, యాప్ మీదనో చదువుతూ ఉన్నాకూడా, నేను మిమ్మల్ని ఒకటి అడగ దలుచుకున్నాను: మీ సాధనం/ పరికరం మీకు ఎంత ముఖ్యం?

కొంతకాలం కిందట ఈ ఘోరమైన గణాంకాలు చదివి నేను బిత్తర పోయాను. వుర్జ్ బర్గ్, నాటింగ్ హాం ట్రెంట్ యూనివర్సిటీలు ఒక ప్రయోగం నిర్వహించాయి. ఆ ప్రయోగంలో పాల్గొన్నవారిలో 37.4 % వ్యక్తులకు వారి ఫోన్ ఆప్తమిత్రులకంటే మిన్న అని సారాంశం.

తలతిక్క వ్యవహారం. నిజంగా, వీళ్ళకు ఏమయింది? ఆ తలతిక్కవాళ్ళలో 29.4 శాతం తమ తల్లిదండ్రులు ఎంత ముఖ్యమో తమ స్మార్ట్ ఫోన్ కూడా అంత ముఖ్యం అన్నారు. వారిలో తమ తల్లిదండ్రుల కంటే తమస్మార్ట్ ఫోన్ ముఖ్యం అన్నవారుకూడా ఉన్నారు.

లేకపోతే నాలోనే ఏదైనా లోపం ఉన్నదా? రోజంతా పుస్తకాలు చదువుతూ, కొద్దిమంది ఆప్తమిత్రులు, కొద్దిమంది కుటుంబ సభ్యులతో కాలం గడుపుతున్న నేను పాతకాలం మనిషినా?

నేను పరాచకాలు ఆడటం లేదు. స్మార్ట్ ఫోన్లు ప్రమాదకారులు. వాటివల్ల కలిగే ఒత్తిడి, ఆదుర్దా, నిరాశలవల్ల ఆ ప్రమాదానికి కారణం కావు. అవి మీ

ప్రవర్తననే మార్చివేస్తాయన్నదే పెద్ద ప్రమాదం. మనం ఏ విషయం మీదా ఐదు సెకన్లకు మించి మనసు నిలపలేము. ఎందుకని? అది మనవల్ల కాదు. ఎందుకంటే మన స్మార్ట్ ఫోన్ నిరంతరమూ మోగుతూనే ఉంటుంది.

ఆ మోగటం అవతల ఎవరో మిమ్మల్ని కాల్ చేస్తూ ఉండటం వల్ల కాదు. (ఇటీవల జనం కాల్ చేయటానికి భయపడుతున్నారని వినికిడి. కాని అది వేరే విషయం) పనికిమాలిన విషయాల మీద మీకు వార్తలు, సూచనలు ఉప్పెనలా తోసుకు వస్తున్నాయి.

మీ స్మార్ట్ ఫోన్ ప్రవర్తన మార్చండి

పైన చెప్పిన విషయం చెప్పిననాడే నాకు మరొక విషయం తెలిసింది:

> *"ఆ ప్రయోగంలో పాల్గొన్నవారి ఏకాగ్రత నాలుగు విభిన్న పరిస్థితులలో పరిశీలించారు. ఫోన్ వారి జేబులో, డెస్క్ మీద, తాళం వేసిన డ్రాయర్లో, రూమ్ వెలుపల ఎక్కడో ఉంచటం."*

ఆ ప్రయోగంలో ఫలితాలు విశేషమైనవే. స్మార్ట్ ఫోన్ డెస్క్ మీద ఉన్నపుడు అన్నిటికంటే తక్కువ ఫలితాలు వచ్చాయి. ఫోన్ కూ మనిషికీ దూరం పెరిగిన కొద్దీ ఫలితాలు మెరుగయ్యాయి. ఫోన్ రూమ్ బయటికి వెళ్ళినపుడు ఫలితాలు 26 శాతం మెరుగు పడ్డాయి.

నిజమే, అది ఒక అధ్యయనం మాత్రమే. మీరు చదివిన ప్రతి ఒక్క విషయమూ మీరు నమ్మనవసరం లేదు. కాని ఇది మాత్రం నేను దృఢంగా చెప్పగలను. గత రెండుసంవత్సరాలుగా నేను స్మార్ట్ ఫోన్ తో నా ప్రవర్తన మార్చివేశాను.

- సందేశాలు, కాల్స్ తప్ప మిగతా వర్తమానాలు అన్నీ ఆఫ్ చేశాను.
- నా సన్నిహిత స్నేహితులతో తప్ప మిగతా వాట్సప్ గ్రూప్ నుంచి నేను బయట పడ్డాను.
- వార్తల యాప్స్ అన్నీ తొలిగించాను (ముఖ్యమైన సంఘటన ఏదైనా జరిగితే, మీ చుట్టూ ఉన్నవారి దగ్గర వింటారు)

- నేను కేవలం సంగీతం వింటాను. సొమ్ము కట్టిన వార్తాప్రసారం, నేను అనుసరించే ప్రత్యేక రచయితల వ్యాసాలూ, పాడ్ కాస్ట్, యు ట్యూబ్ వీడియోలు (ఎక్కువగా నేర్చుకోవటానికి, వినోదానికి కూడా. నేను రోబోను కాను కదా), పుస్తకాలు, ఆడియో పుస్తకాలు వినటానికి చదవటానికి మాత్రమే స్మార్ట్ ఫోన్ ఉపయోగిస్తాను.
- ఆ తర్వాత కాల్ చేయటానికి, నోట్స్ వ్రాసుకోవటానికి, ఫోటోలు, వీడియోలు తీయటానికి ఉపయోగిస్తాను.

ప్రకటనలకు,సూచనలకు వెంటనే సమాధానం ఇచ్చే అలవాటు మానుకున్నాను. అంటే నన్ను చేరటానికి ప్రయత్నిస్తున్న వారిపట్ల నాకు విలువలేదని అర్థం కాదు. నా ఫోన్ కు బానిసను కావటానికి నేను నిరాకరిస్తున్నాను. అంతే. నా ఫోన్ నా నియంత్రణలో ఉంటుంది.

మనలో ఎక్కువమందికి ఇందుకు వ్యతిరేకంగా జరుగుతుంది. గతంలో ఫేస్ బుక్, ఇంస్టాగ్రామ్, యాపుల్, గూగుల్, వగైరా అన్నీ నా మనసును రాజ్యం చేసేవి. ఇప్పుడు కూడా అదే జరుగుతున్నది. ఆ ఇడియట్లను తప్పించు కోవాలంటే మనం అడవులలోకి పరిగెత్తాలి. అది జరిగేపని కాదు కదా!

నా ఫోన్ అంటే నాకు ఇష్టం. కాని అది నాకు అక్కర్లేదు.

నా స్మార్ట్ ఫోన్ పైన చెప్పినట్లు ఉపయోగించట మొదలుపెట్టిన తర్వాత ఫలితాలు అద్భుతంగా మారిపోయాయి. గత రెండు సంవత్సరాలలో నేను ఎప్పటికంటే ఎక్కువ పనులు చేశాను.

అయినా కూడా రోజూ వ్యాయామానికీ, స్నేహితులతో కాలక్షేపం చేయటానికీ, కుటుంబంతో కలిసి భోజనం చేయటానికి, నా శ్రీమతితో కాలక్షేపం చేయటానికీ, నాకు తీరిక దొరుకుతుంది. మీకూ, నాకూ రోజులో ఉన్నది అవే 24 గంటలు.

ప్రతిరోజూ ఆ 1440 నిమిషాలు మీరు ఎలా ఉపయోగిస్తారు అన్నదే ఇక్కడ వ్యత్యాసం. నిజం చెప్పాలంటే నా పాటవం నేను ఇంకా చాలా పెంచవచ్చునని నా అభిప్రాయం. ఉత్పాదన శిఖరాగ్రానికి ఎవరూ చేరనవసరం లేదు. ప్రపంచంలో అత్యంత ఉత్పాదక వ్యక్తిగా తేలవలసిన అవసరం లేదు.

మీ సమయం మీరు ఎలా గడుపుతారన్నది మీ ఇష్టం. మీ ఉత్పాదన 26 శాతం మెరుగు పడుతుందంటే మీ జీవితంలో ఒక అనామకమైన అలవాటుమార్చుకోలేరా? అదే,స్మార్ట్ ఫోన్ తో మీ విధానం. ఆలోచించండి.

ఈ విషయం ఇంకా మిగిలినవారు ఎందుకు చెప్పటం లేదా అని మీరు ఆశ్చర్య పోతున్నారా? వారందరూ మీ మనీపర్స్ మీద కన్ను వేసిఉన్నారని గ్రహించండి. సామాజిక మాధ్యమాల మనుషులు తమ వ్యాపారం స్మార్ట్ ఫోన్ ద్వారానే నడుపుతున్నామని చెప్తారు కదా! వారందరికీ మీ మనీపర్స్ మీదనే కన్ను. వారు చెప్పేది అంతా మీరు జీర్ణం చేసుకోవాలి. అంటే, మీ స్మార్ట్ ఫోన్ కావాలి.

"కొత్త ఐఫోన్ కొనటానికి సందేహించకండి. అది మీ ఉత్పాదనను ధ్వంసం చేస్తుంది." అని యాపుల్ మీకు ఎన్నడూ చెప్పదు, చెప్పబోవటం లేదు. అందుకు విరుద్ధంగా చెప్తారు. స్మార్ట్ ఫోన్లు ఉత్పాదన పెంచుతాయనటంలో సందేహం లేదు.

మీరు బహుశ మీ ఫోన్ మీద నా వ్యాసాలు చూసి ఉంటారు. అది అద్భుతం. నేను కూడా నా ఫోన్ మీద చాలా వ్యాసాలూ, పుస్తకాలు చదువుతూ ఉంటాను. మీరూ, నేనూ కొత్త విషయాలు నేర్చుకోవటానికి ఈ సాధనం వినియోగిస్తున్నాం. అది సర్వదా శ్రేయస్కరమే.

ఫోన్లూ యాప్ లూ తయారు చేసేవారు మనకంటే తెలివైనవారు. మిమ్మల్ని గాలం వేయటమే వారి ధ్యేయం. ఆ విషయం మనం గ్రహించాలి. అందుకే నేను స్మార్ట్ ఫోన్ మీద అతిగా ఆధారపడ కూడదని నాకు నేను గుర్తు చేసుకుంటూ ఉంటాను. ఎందుకంటే నా ఉత్పాదన కంటే నా ధ్యాస ముఖ్యం. మీ ధ్యాస మీ అదుపులో పెట్టుకోవలసిన తరుణం వచ్చింది. అప్పుడు మీ జీవితం మీ అదుపులో ఉంటుంది. అందుకు ఆ మూల్యం చెల్లించటం సబబే కదా!

పరిపూర్ణత – ఉత్పాదన

సరిగా పని చేయలేదని మీరు సదా చింతిస్తూ ఉంటారా? మీ పనిని, మీ చర్యలను సదా ప్రశ్నిస్తూ ఉంటారా? మీ తప్పులు ఒప్పుకోవటానికి భయపడుతున్నారా? తిరస్కారం మీకు దుర్భరమైన అనుభూతి కలిగిస్తుందా?

అయితే మీరు పెద్ద ప్రమాదంలో ఇరుక్కున్నారు. స్వయంగా నేను పరిపూర్ణతావాదిని కాను. కనీసం అలా అని నాకు నేను చెప్పుకుంటాను. మీరు కూడా అలాగే చెప్పుకుంటారని నా గట్టి నమ్మకం. ఆ విషయం ఒప్పుకోని వారు దురాత్ములు.

ఇక్కడ ఒక రహస్యం ఉన్నది. మీరు పరిపూర్ణతా వాదులయితే, మీరు ముసుగులో ఉన్న వాయిదాలవాది అన్నమాట. ఏమీ చేయకుండా తిని కూర్చునే బద్ధకస్తుడికీ మీకూ తేడా ఏమీ లేదు. నేను చెప్పింది నమ్మలేరా? అయితే చూడండి. ఒక పరిపూర్ణతావాది...

- సరయిన ముహూర్తం కోసం సదా కాచుకు కూర్చుంటారు
- ఎన్నడూ తప్పు చేయరు
- సదా ఇంకా కొంచెం సమయం కావాలి

కాని మీరు కొంచెం లోతుగా పరిశీలిస్తే, జీవితంలోను, చేసేపనిలోనూ మనకు ఫలితాలు ముఖ్యం. మీరు పరిపూర్ణతా వాదులయితే ఏదో ఒకనాడు మీకు ఫలితాలు లభించవచ్చు. ఎప్పుడు, అన్నది ఇక్కడ ప్రశ్న. దానికి మూల్యం ఎంత? పరిపూర్ణతావాదం నిరాశకూ, ఆత్మన్యూనతకూ చేరువలో ఉంటుందని పరిశోధనలు ప్రత్యేకంగా వెల్లడిస్తున్నాయి.

పరిపూర్ణతా వాదులను పట్టినదయ్యాలు వారే."

– జాక్ కిర్బీ

పరిపూర్ణతా వాదానికి ఉన్న విలువ ఏమిటి? వాయిదాల అలవాటుకే మరొక పేరు పరిపూర్ణతావాదం అని నా ఉద్దేశం. తప్పులు చేస్తామేమో నన్న భయంతో మీరు బిక్కుబిక్కు మంటూ ఉంటే, మీ మనసులో సందేహాలు చొరబడుతాయి. దానితో మీకు చాంచల్యము, నిర్ణయరాహిత్యము ఏర్పడుతుంది. పరిపూర్ణతావాదులు రెండు రకాలు:

1. **ఎన్నడూ ప్రారంభించరు.** మీరు ఏదో సాధించాలని కోరుకున్నారు. కాని వెంటనే మిమ్మల్ని మీరే సందేహించటం మొదలవుతుంది. "నేను చేయగలనని అనుకోను." అని మీ ఆలోచన. అంటే, మీరు ఎన్నటికీ పని మొదలు పెట్టరు.
2. **మొదలు పెడతారు.** బహు ఉన్నత ప్రమాణాలు. మీరు ఒక లక్ష్యం నిర్ణయించు కుంటారు.కష్టపడి పనిచేస్తారు. (విపరీతంగా కష్టపడతారేమో కూడా). కాని మీకు మీరే అతి ఉన్నత ప్రమాణాలు నిశ్చయించు కుంటారు. కనుక సర్వదా విఫలులు అవుతూ ఉంటారు.

రెండు పరిస్థితులలోను ఆదుర్దా, చింత, నిరాశ కలగటం తథ్యం. దీనినే టైప్ ప్రవర్తన అంటారు.

మనం తప్పించుకోవలసిన విషయాలు ఇవే. చింత, ఆలస్యం, పరిపూర్ణతా వాదాన్ని గురించి జోఖింస్టోబర్, జుట్టా జూర్మన్ వ్రాస్తారు:

"తప్పులను గురించిన ఆందోళన, వాయిదాలు వేసే అలవాటు రెండూ కలిసి నిరంతర చింతకు మూలకారణం అవుతుంది. పరిస్థితి ఎదుర్కోవటానికి తగిన చర్యలు ఏమీ లేకపోవటాన ప్రస్తుతం ఉన్న బెదిరింపులను అలాగే కొనసాగిస్తుంది. అంతేకాదు, పరిష్కారం చేయదగిన సమస్యలు పెరుగుతూ ఉంటాయి కనక ఉన్న బెదిరింపులు పెరగటమేకాక, కొత్త బెదిరింపులు పుట్టుకురావచ్చు. ఏతావాతా సమస్యల పుట్ట

ఇంతింతై... అన్నట్లు పరిష్కారానికి అతీతమైన స్థాయికి చేరవచ్చు."

ఆ నిస్సహాయ అనుభూతి మన అందరికీ కంటికి కనపడని అతిపెద్ద గొయ్యి. మనం నిస్సహాయ స్థితిలో ఏం చేస్తాం? కరెక్ట్ – చేతులు ఎత్తేస్తాం. నిస్సహాయస్థితిని గురించిన పరిశోధనలు గమనించండి.

అయితే, పరిపూర్ణతావాదం సర్వదా చెడ్డదేమీ కాదు. ఆ మాటకు వస్తే, పరిపూర్ణతావాదం ఘనవిజయాలకు దారి చూపిందని పరిశోధనలు చెబుతున్నాయి. కాని, ఇక్కడ ప్రశ్న అదికాదు.

ఉన్నతమైన లక్ష్యాలు ఏర్పరుచుకుని, ఉన్నతస్థాయిలో ప్రయత్నిస్తే, తప్పకుండా మీరు మామూలుకంటే ఎక్కువ సాధిస్తారు. పరిపూర్ణతా మనస్తత్వం శుభప్రదం అనటంలో సంశయం లేదు. కాని జీవితంలో లక్ష్యాలు చేదించటం ఒక్కటే ధ్యేయం కాదు. ఆ లక్ష్యాలు, ఆకాంక్షలు ఎలా సాధిస్తాము అన్నదే ముఖ్యం.

దీర్ఘసూత్రత, పరిపూర్ణతావాదాలలోని దుష్టశక్తి జయించటం ఎలా

దీర్ఘసూత్రత, పరిపూర్ణతావాదం మధ్య సంబంధం ఏమిటో, ఆ సంబంధం ఎలాటి దుష్పరిణామాలకు దారి తీస్తుందో చూశాం. మరి దీనికి పరిష్కార మార్గం ఏమిటి? గార్డన్ ఎల్ ఫ్లేట్, ఆయన సహచరులు జరిపిన అధ్యయనం ఒకటి చూశాను. అది ఆసక్తికరమైన అధ్యయనం. పరిపూర్ణతా వాదానికి తెలివైన ఉపజ్ఞత తోడ్పాటు వహిస్తుందని వారి అభిప్రాయం. వివేచనామయమైన ఉపజ్ఞత మధ్యవర్తిపాత్ర పోషించగలదని వారి ఉద్దేశం. కనుక నేను ఆ వివేచనాపూర్వక ఉపజ్ఞత పరిశీలించ సాగాను. మైఖేల్ రోసేన్ బం వ్యాసంలో నాకు ఇది గోచరించింది.

"వివేచనా పూర్వక ఉపజ్ఞత అంటే వెనకంజ వేస్తూనే పరిస్థితులు చక్కదిద్దుకునే ఆత్మసంయమనం. ఈ భండారంలో ఒత్తిడి సమయాలలో భావావేశాల, ప్రజ్ఞాన ప్రతిస్పందన, సమస్యా

పరిష్కార నైపుణ్యం, ఆత్మతృప్తికి వేచి ఉండగల సామర్ధ్యం అన్నీ ఉంటాయి. ఇవన్నీ భవిష్యత్తులో సార్ధకమైన ప్రతిఫలం కలిగిస్తాయి."

మిమ్మల్ని మీరు ధ్వంసం చేసుకోకుండా కాపాడే నైపుణ్యమే వివేచనా పూర్వకమైన ఉపజ్ఞత.

సంతులనం

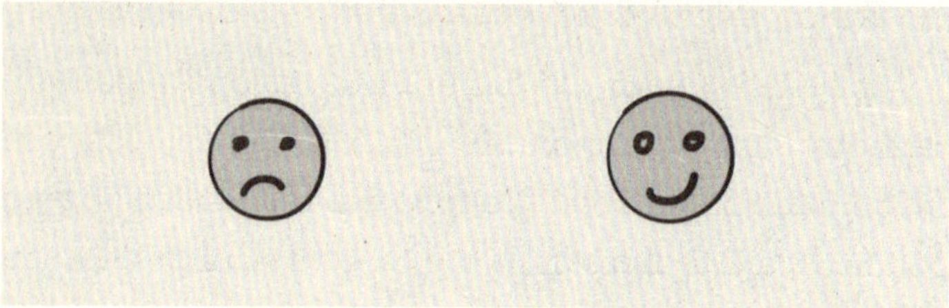

ఇప్పుడు పరిపూర్ణతావాదికి విపర్యయం గమనిద్దాం. ప్రమత్తుడు.

మీరు ప్రమత్తులైతే,మీరు దేనినీ లెక్క చేయరు, పట్టించుకోరు. మీకు తీవ్రమైన కోరిక అంటూ ఏమీ లేదు ఏదైనా ఫర్వాలేదనే తత్త్వం మీది. ఆ వైఖరికి గమ్యం అంటూ ఏమీ ఉండదు. అమెరికన్ నవలాకారులు కార్మాక్ మెక్కర్తీ అంటారు:

"అన్నిటిలాగనే ఇదీను అన్నాడు బత్తుడు. అందులో అన్నిటికంటే చిన్న విషయంలో పొరపాటు చేస్తే చాలు, మొత్తం చెడగొట్టినట్లే."

ప్రమత్తత అంటే లెక్కచెయ్యని, పట్టించుకోని వైఖరి. కాని జీవితంలో ఏదైనా చేయాలంటే లెక్కచేయాలి, పట్టించుకోవాలి. పరిపూర్ణతావాది వైఖరికీ, పట్టించుకోనివారి నిర్లిప్తతకూ మధ్యేమార్గం కనుక్కోవాలి. అక్కడ మీ వివేచనాపూర్వకమైన ఉపజ్ఞత ప్రయోగించాలి. పరిపూర్ణతావాదానికి,పట్టించుకోని వైఖరికీ మధ్య సంతులనం కనుక్కున్నాను. అది చూడటానికి ఇలా ఉంటుంది:

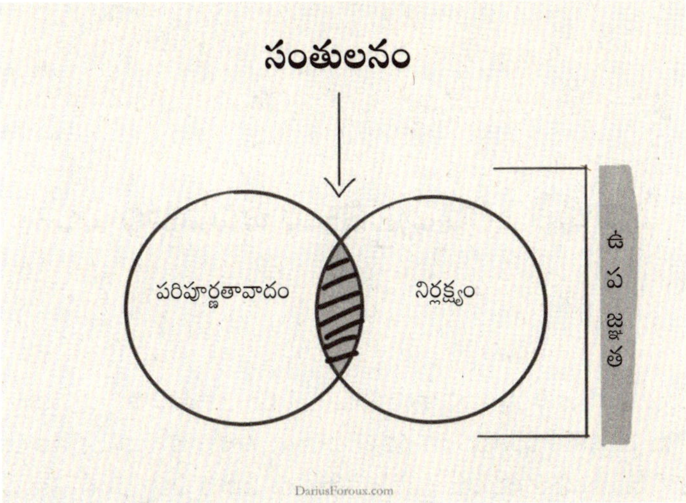

పరిపూర్ణతావాదిలాగా ఘనమైన పని చేయండి. కాని పట్టించుకోనివారిలా దానిమీద అమితమైన శ్రద్ధ పెట్టకండి. అప్పుడు దానిని దీనికి జోడించండి:

- ఉపజ్ఞత-లక్ష్యాలు ఉండటం మంచిదే. కాని అవి మీ ఉత్పాదనను దెబ్బతీయవచ్చు. అందుకే మీరు వ్యవస్థల మీద ఆధారపడాలి. పెంట అంతా ఫ్యాన్ కు అంటుకున్నపుడు మీ సమస్యా పరిష్కార ప్రజ్ఞ ప్రయోగించి కర్తవ్యమ్ నిర్ణయించండి.

నా మటుకు నాకు అదే మధ్యేమార్గం. తప్పు చేసినప్పుడో, మీరు ఆశించినది సాధించ లేనపుడో సర్దుకు పోవాలి లేదా సమస్య పరిష్కారం చేయాలి.

- పరిపూర్ణతావాది అభిమాన నినాదం: "ఓరి దేవుడోయ్, అంతా సర్వనాశనం." మనసులో చోటు ఇవ్వకండి.
- పట్టించుకోని వారి నినాదం: "నాకేం సంబంధం లేదు." అనటం కూడా ఆలోచించకండి.
- దానికి బదులు, "నాకు ఇది ఉన్నది," అని సర్దుకోండి.

మరి, ఇప్పుడు మీ సవాలు ఏమిటి? నిజానికి నేను అడగాలిసిన పనిలేదు: మీరే కొని తెచ్చుకున్నారు.

ఏడాదికి 100 పుస్తకాలు చదవటం ఎలా

మీరు చదవదలిచిన పుస్తకాల సంఖ్య పెరిగి పోతున్నదా? పుస్తకాలు కొన్నారు కాని, ఇంతవరకూ చదవలేదా? మీ జాబితాలోనుంచి పుస్తకాలు కొట్టివేయవలసిన సమయం వచ్చిందేమో. ఈ ఏడాది ఎప్పటికంటే ఎక్కువ పుస్తకాలు కొట్టివేయవలసి వస్తుందేమో.

అనుకున్న దానికంటే తక్కువ చదువుతున్నవారు మీరు ఒక్కరే కాదు. ఒక సంవత్సరం క్రితం నేను నా పుస్తకాల జాబితా పరిశీలించాను. 2014 లో నేను ఐదు పుస్తకాలు మాత్రమే చదివాను. అది తెలిసి నాకు చాలా నిరాశ కలిగింది.

పుస్తకాలు చదవటమంటే నాకు చాలా ఇష్టం. 2011లో పట్టా పొందిన నాటినుంచీ ప్రతి సంవత్సరమూ నేను చదివే పుస్తకాల సంఖ్య క్రమంగా సన్నగిల్లుతున్నది. అనుకున్నంత చదవటానికి నా పని, జీవితమూ అడ్డుపడుతున్నాయి. సంవత్సరానికి 100 పుస్తకాలు చదవటం ఎందుకు? ఇతరుల అనుభవాలనుంచి మీరు నేర్చుకోవాలనుకుంటారు కనుక మీరు చదువుతారు. ఒట్టో ఫాన్ బిస్మార్క్ ఆ విషయం ఉత్తమంగా చెప్పారు:

> "స్వానుభవంతో నేర్చుకోవాలనుకునేవారు మూర్ఖులు. ఇతరుల అనుభవాలద్వారా నేర్చుకోవాలన్నది నా అభిమతం."

ఈ ప్రపంచంలో ఒక అడుగు ముందుకు వేయాలంటే మీరు విద్యావంతులు కావాలి. విద్యావంతులు కావాలంటే చదవాలి. చాలా చదవాలి. నా పద్ధతి ఇది.

1. టోకుగా కొనండి

పుస్తకాలు కొనటానికి డబ్బు కావాలి. ఆ కొన్నపుస్తకాలు చదవటానికి సమయం కావాలి. మీరు ఇది చదువుతున్నారు కనుక, మీకు ఆ రెండూ ఉన్నాయని నా ఉద్దేశం. చదవటానికి ఎలాగోలా వీలు చేసుకోవచ్చు. మీ దగ్గర డబ్బు లేకపోతే, సంపాదించటానికీ, లేకపోతే ఆదా చేయటానికీ మార్గం కనుక్కోండి. డచ్ పునరుద్ధారణ వ్యక్తిఎరాస్మస్ ఒకసారి అన్నారు:

> *"నా దగ్గర కొద్ది సొమ్ము మాత్రమే ఉంటే, పుస్తకాలు కొంటాను. ఆ తర్వాత ఇంకా ఏమైనా మిగిలితే ఆహారము, బట్టలు కొంటాను."*

పుస్తకాల మీద మీరు ఖర్చు చేసే డబ్బు, సమయము ప్రతిఫలం ఇస్తాయి. అంతకంటే మంచి పెట్టుబడి నాకు తెలియదు. మీరు చదవక పోతేనే పుస్తకాల మీద పెట్టిన డబ్బు వృధా అవుతుంది.

మీరు ఇంకా చదవాలనుకుంటే మీరు ఇంకా ఎక్కువ పుస్తకాలు కొనాలి. కొందరికి ఇది అర్థం కాదు. కొత్త జోళ్ళు కొనటానికి వారు 200 డాలర్లు ఖర్చు చేస్తారు. కాని అమెజాన్ లో 20 పుస్తకాలు కొనటంవారికి హాస్యాస్పదంగా తోస్తుంది.

ఈ భావం చాలా సరళం. ఇంట్లో ఎక్కువ పుస్తకాలు ఉంటే మీకు చదవటానికి ఎంచుకోవచ్చు. అప్పుడు మీరు ఎక్కువ చదవటానికి ఉపకరిస్తుంది. అది ఎలాˆగంటే: మీరు ఏమి చదవాలో ముందుగా ప్లాన్ చేసి చదవరు. జనవరి నెలలో కూర్చొని, "జూన్ మొదటి వారంలో నేను ఫలానా పుస్తకం చదువుతాను." అని అనుకోరు.

ఒక పుస్తకం చదవటం పూర్తయింది. అప్పుడు మీ దగ్గర ఉన్న పుస్తకాలలో ఏది చదవాలో నిర్ణయిస్తారు. తర్వాత ఏ పుస్తకం చదవాలో అతిగా ఆలోచించకండి. అప్పుడు మీరు కేవలం సమీక్షలు చదవటంతో ముగిస్తారు. అది కేవలం కాలయాపన తప్ప మరేమీ కాదు.

ఉదాహరణకు వైరాగ్యాన్ని గురించి చదవ దలచినవారు "మేము ఎక్కడ మొదలు పెట్టాలి? సెనెకా, మార్కస్ అరీలియాస్, కాదా ఎపిక్టేటస్?" అని నన్నడుగుతారు. అన్నీ కొనండి. అన్నీ చదవండి.

పుస్తకాలు జాబితా ఉంటే మీ ఉరవడి తగ్గకుండా నడుస్తుంది. దానికి తోడు చదవకుండా తప్పించుకోవటానికి మీకు సాకు దొరకదు.

2. సర్వదా చదువుతూ ఉండండి

గ్లేన్గారీ గ్లెన్ రాస్ అన్న నాటకం/చిత్రంలో ABC అన్న పదం వాడటం చూసి ఉంటారు. Always Be Closing అని దాని వివరణ. వ్యవస్థాపకులు, విక్రయదారులు అనేకులు ఆ సూత్రాన్ని అనుసరించి జీవిస్తారు.

నేను మరొక నీతివాక్యం అనుసరించి జీవిస్తాను: Always Be Reading (సర్వదా చదువుతూ ఉండండి) నేను రోజుకు కనీసం ఒక గంట చదువుతాను. వారాంతంలో, శలవు రోజులలో ఇంకా కొంచెం ఎక్కువ చదువుతాను.

మీ సమయ సారణి, మీ జీవిత గమనం అనుసరించి చదవటానికి ఒక మార్గం కనుక్కోండి. అలసి పోయామనో, బిజీగా ఉన్నామనో సాకులు వెతకకండి. సర్వదా చదువుతూ ఉండండి అంటే మీరు:

- రైలులో చదువుతారు
- మీ బిడ్డకు పాలు పట్టేటపుడు చదువుతారు
- మీరు తినేటపుడు చదువుతారు
- డాక్టర్ ఆఫీసులో ఉన్నపుడు చదువుతారు
- పనిచేసే చోట చదువుతారు
- అన్నిటికంటే ముఖ్యంగా – అందరూ వార్తలు వింటూ, 113 వ సారి ఫేస్ బుక్ చూస్తూ కాలయాపన చేస్తున్నపుడు మీరు చదువుతారు.

అలా చదివితే మీరు సాలీనా 100 పుస్తకాలు, అంతకంటే ఎక్కువ కూడా చదువుతారు. దాదాపు అందరూ గంటకు 50 పేజీలు చదువుతారు. మీరు వారానికి 10 గంటలు చదివితే, సంవత్సరానికి 26000 పేజీలు చదువుతారు. ఒక పుస్తకం సగటున 250 పేజీలు అయితే, ఈ లెక్కన మీరు సంవత్సరానికి 104 పుస్తకాలు చదువుతారు!

ఆ పద్ధతిన – మధ్యలో మీరు రెండు వారాలు శలవు తీసుకున్నా కూడా –మీరు కనీసం 100 పుస్తకాలు చదువుతారు. మీ సమయానికి తగిన సముచితమైన ఆదాయం. వార్తలు చదివినందువల్ల కలిగే ఆదాయం ఏమిటి? నాకు సరిగా తెలియదు. కాని అది అక్కడ ప్రతికూలమై ఉండాలి.

3. సంబంధించిన పుస్తకాలు మాత్రమే చదవండి

ఒక పుస్తకం అద్భుతమని పెరుకెక్కింది. మీరు చదివారు. మీకు ఏమీ అంతుపట్టలేదు. అటువంటి పుస్తకం ఎప్పుడైనా చదివారా? ఏ పుస్తకమూ పనికి మాలినదని నేను ఎన్నడూ అనను. ఆ పుస్తకం వ్రాసినవారినుంచి ప్రచురించినవారి వరకు ఎందఱో చాలా శ్రమించారు.

ప్రతి ఒక్కరికీ అన్ని పుస్తకాలు సరిపడవు. ఒక పుస్తకం ఉన్నత విక్రయాలు సాధించి ఉండవచ్చు. కాని మీకు ఆ రచన రుచించదు. లేదా పుస్తకం చదవటానికి అది తగిన సమయం కాక పోవచ్చు. ఏది ఏమైనా సరే ఆ పుస్తకం మీకు గిట్టక పోతే పక్కన పెట్టండి. మీకు నచ్చిన పుస్తకం తీసుకోండి. నమలకుండానే మింగేయండి.

మీ జీవితానికి సంబంధించిన పుస్తకాలు చదవండి. మీరు ఊహించగలిగిన ప్రతి ఒక్క విషయం మీదా పుస్తకాలు ఉన్నాయి. జనం 2000 ఏళ్లనుంచీ పుస్తకాలు వ్రాస్తున్నారు. కిశోరప్రాయంలో కుస్తీ పడుతున్నవారు, కళాకారులు కావాలనుకున్న వారు, దివాలా తీసిన పెట్టుబడిదారు, మొదటిసారిగా తల్లి/దండ్రి అయిన వారు, వగైరా మీలాంటి వారు ఎందఱో ఉన్నారు. మీకు ఆసక్తి లేని విషయాల మీది పుస్తకాలు చదవటానికి ప్రయత్నం చేసి మీ విలువైన సమయం వృథా చేసుకోకండి.

మీ వృత్తికి, అభిరుచికి సంబంధించిన పుస్తకాలు తీసుకోండి. మీరు మెచ్చుకునే వ్యక్తులను గురించిన ఆ పుస్తకాలు చదవండి. అది ఒక కళాఖండం అనో, అతి ఉత్తమంగా అమ్ముడు పోయిందనో విని అది చదవటానికి సిద్ధం కాకండి.

4. ఒకే సమయం వివిధ పుస్తకాలు

చదవటానికి నియమాలు, నిబంధనలు ఏమీ లేవు. మీకు నచ్చిన తీరున చదువుకోవచ్చు. కొన్ని సమయాలలో నేను ఐదు పుస్తకాలు ఏకకాలంలో చదువుతూ ఉంటాను. ఉదయం ఒక పుస్తకంలో 50 పేజీలు, సాయంత్రం మరొక పుస్తకంలో ఇంకొక 50 పేజీలు . అలా.

నాకు అలా చదవటం ఇష్టం. మరికొందరికి ఒక పుస్తకం ఆద్యంతము చదివిన తర్వాతనే మరొకటి చేతికి తీసుకోవటం ఇష్టం.

మీరు జటిలమైన విషయం ఏదైనా చదువుతూ ఉంటే, ఆ తర్వాత సులువుగా ఉండే మరొక పుస్తకం తీసుకోవచ్చు. నేను నిద్రకు ఉపక్రమించే ముందు ఆత్మకథలు చదువుతాను. ఎందుకంటే అవి కథలలాగా ఉంటాయి. కల్పనలు కూడా సాయంత్రాలకు ఉపయోగపడతాయి.

పక్క మీద పడుకొని చేతిలో పెన్, హైలైటర్ పట్టుకొని పెట్టుబడిని గురించిన పుస్తకాలు చదవటం నాకు రుచించదు. అలా, నేను తెల్లవారు జామున 3.00 గంటల దాకా మేలుకొని ఉండవలసి వస్తుంది. ఎందుకంటే అందులోని కొత్త విషయాలతో నా బుర్ర వేడెక్కుతున్నది.

5. చదివింది గుర్తు ఉంచుకోండి

చదివింది ఉపయోగిస్తేనే ప్రయోజనం. చదివింది గుర్తు పెట్టుకోవటానికి మీకు ఒక పద్ధతి కావాలి. నేను అనుసరించే పద్ధతి ఇది:

- మీరు పుస్తకం చదువుతునపుడు పెన్ తో మార్జిన్లలో నోట్స్ వ్రాసుకోండి. ముఖ్యం అనుకున్న విషయాలు హైలైట్ చేయండి. ఇంటర్నెట్ లో చదివేటపుడు అతిగా హైలైట్ చేసే అలవాటును గురించి జాగ్రత్త పడండి. సులభం కదా అని అంతా హైలైట్ చేస్తూ పోకండి. ముఖ్యమైన విషయాలు మాత్రమే హైలైట్ చేయటం అలవాటు చేసుకోండి.
- తప్పకుండా గుర్తు పెట్టుకోవలసిన విషయం చదివితే, ఆ పేజ్ పైమూల లేకపోతే కిందిమూల మడిచి పెట్టుకోండి. ఇంటర్నెట్ లో చదివితే దాని ఫోటోతీసి భద్రపరుచుకోండి.

- పుస్తకం చదవటం పూర్తి చేసిన తర్వాత మడిచిపెట్టిన పేజీలు, మీరు వ్రాసిపెట్టుకున్న నోట్స్ పునర్దర్శనం చేయండి.
- ఆ పుస్తకం చెబుతున్న విషయం ఏమిటో, రచయిత సలహా ఏమిటో మీ స్వంతమాటలలో (నోట్స్ వ్రాసే సాఫ్ట్ వేర్ లేదా మీ స్వంత నోట్స్) వ్రాసుకోండి.
- మీకు బాగా నచ్చిన కొటేషన్లు వ్రాసి పెట్టుకోండి.

ఇక్కడ పుస్తకం అంతా నకలు చేసి పెట్టుకోవటం ఉద్దేశం కాదు. తర్వాతి రోజులలో మీకు పనికి వచ్చే సమాచారం సేకరించి ఒకచోట చేర్చటం.

మీకు సాధ్యమయినంత చదవండి. కాని మీరు నేర్చుకున్నది అమలు జరపటం మాత్రం మర్చిపోకండి. మన చదువుకు ప్రయోజనం అదే కదా! పుస్తకాలు చదవటానికి మీరు గంటలకొద్దీ సమయము, శ్రమ వెచ్చిస్తారు. అందుకు తగిన ప్రతిఫలం పొందాలి కదా!

శలవు తీసుకోండి: మీ ఉత్పాదన పెరుగుతుంది, ఒత్తిడి తగ్గుతుంది

మీ సెల్ ఫోన్ లో చార్జ్ అయిపోయినపుడు మీరు రిచార్జ్ చేస్తారు. మీ గ్యాస్ ట్యాంక్ ఖాళీ అయితే తిరిగి నింపుతారు.

కాని అదే పని మీ అమూల్య సంపద విషయంలో మర్చిపోతారు: అది మీ శరీరం (అందులో నిక్షిప్తమై ఉన్న మీ మెదడు). మీకు అమితంగా ఇష్టమైన పని చేస్తూ ఉన్నా, మీకు ఉద్యోగం లేకపోయినా, మీకు ఇష్టంలేని ఉద్యోగం చేస్తూ ఉన్నా, మీరు పని చేస్తున్నారు. జీవనం కూడా ఒక పనే. నిజానికి చాలా కఠినమైన పని.

ఉదయం నిద్రలేవటమే ఒక శ్రమతో కూడిన పని కావచ్చు. నేను మన బాధ్యతలు అన్నిటిని గురించి చెప్పటం లేదు. మరి ఆ శ్రమనుంచి కోలుకోవటానికి శలవు తీసుకోకుండా మీ జీవితాన్ని ఎందుకు ఇంకా దుర్భరం చేసుకుంటారు? మీ వారాంతాలు అనేక వ్యాపకాలతో నిండి ఉంటాయి. శలవు రోజులలో విశ్రాంతి తీసుకోవటంకంటే మీరు పని ఎక్కువ చేస్తారు.

అటువంటి తీరిక సమయము నిష్ప్రయోజనం. అది ఉన్నా ఒకటే, లేకపోయినా ఒకటే. ఒక ప్రత్యేక ఉద్దేశంతో విరామం తీసుకోవటం గురించి చెబుతున్నాను. మీరు కష్టపడి పనిచేయాలంటే మీ బ్యాటరీ రీచార్జ్ చేయాలి. జీవితం అంటే, కష్టపడి పనిచేయటమేనని నా ఉద్దేశం. దానినే వోల్తేయిర్ చాలా చక్కగా చెప్పారు:

"నా వయసు మీద పడుతున్న కొద్దీ పనిచేయవలసిన అవసరం పెరుగుతున్నది. చివరికి అదే అన్నిటినీ మించిన ఆనందంగా నిలుస్తుంది. జీవితంలో భ్రమలు అన్నిటినీ తొలిగిస్తుంది."

విశ్రాంతి ఒత్తిడి తగ్గిస్తుంది. సృజనాత్మకత, ఉత్పాదన పెంచుతుంది.

శలవు ఉద్యోగంలో ఒత్తిడిని, నిర్వీర్యతను తగ్గిస్తుందని పరిశోధనల సారాంశం. కొద్దిరోజుల శలవువల్ల కలిగే ఆ ప్రయోజనం చాలా శ్రేయస్కరం. కాని, ఇంకా ఉన్నది. నాకు ఉత్పాదన మీద ఆసక్తి అని మీకు తెలుసు గదా! శలవు తీసుకొని విశ్రాంతి పొందుతూ ఉంటే, నాకు ఎదురయ్యే ప్రశ్న:

> పనిలోకి తిరిగి వచ్చిన తర్వాత నేను ఎక్కువ పని చేయగలనా? అవుననే దానిని సమాధానం. కాని ఇంకొక ముఖ్య విషయం మనసులో ఉంచుకోవాలి.

ఒక అడుగు వెనక్కువేసి పరిశీలించుదాం. ఎక్కువపని చేయటం అంటే అర్థమేమిటి? పని చేయటానికి సమయానికి సంబంధమేమిటి? ఎక్కువ సమయం పనిచేసినంత మాత్రాన ఎక్కువ పనిచేసినట్లు అవుతుందా? కాదు.

వాస్తవానికి ఎక్కువ సమయం పనిచేయటమంటే ఉత్పాదన తక్కువ అని పరిశోధనల సారాంశం. ఎందుచేత? సమయం ఎక్కువ ఉన్నకొద్దీ మనం దాన్ని వృధాచేస్తాం. అది చాలా సరళం. మీకు ఒక వ్యాసం వ్రాయటానికి ఒక సంవత్సరం సమయం ఇచ్చాననుకోండి. ఏం చేస్తారు? ఆ వ్యాసం వ్రాయటం వాయిదావేస్తారు. కదా?

కాని మీకు రెండుగంటల సమయం మాత్రమే ఇస్తే? అప్పుడు ఆ వ్యాసం వీలయినంత శీఘ్రంగా వ్రాయటానికి మార్గాలు వెతుకుతారు. కనుక ఒకవిధంగా చూస్తే పని చేయటానికి తక్కువ సమయం ఉంటే ఆ సమయం సద్వినియోగంచేసి పనిపూర్తి చేయాలన్న తొందర కలుగుతుంది. ఆ తర్వాత మీకు శలవురోజులు ఎన్నయినా ఉండవచ్చు. శలవు, విరామము మిమ్మల్ని మేలైన ఉత్పాదకులుగా రూపుదిద్దబోవటం లేదు. కాని మీకు ఎక్కువ విరామం

దొరికితే తక్కువ సమయంలో ఎక్కువ పనిచేసే ప్రేరణ కలుగుతుంది. పరిశోధనా సారాంశం ఇదే.

అది అందరికీ మేలుచేసే పరిస్థితి కదా: మీకు, మీ వ్యాపారానికి లేదా మీ ఉద్యోగానికి. కొన్నిరోజులు శలవు తీసుకుంటారు. కుటుంబంతో, స్నేహితులతో కులాసాగా కాలక్షేపం చేస్తారు. శక్తి పుంజుకుంటారు. పనిలోకి తిరిగి వచ్చినపుడు మీ ఉత్పాదన పెరుగుతుంది. బ్రహ్మాండం. కదా! కాని, ఒక్క నిమిషం. ఇక్కడ ఒకచిన్న మెలిక ఉన్నది. మీ శలవు ఒత్తిడితో గడిస్తే, ఇప్పుడు చెప్పిన ప్రయోజనాలు అన్నీ గాలికి పోయిన పేలపిండి అవుతాయి. చెవీ చేస్ తో లాంపూన్ శలవులు అన్న (జాతీయ) ప్రదర్శన ఎప్పుడైనా చూశారా? నా శలవులు అలాగే గడిచేవి. బాగా కాదు.

కనుక, మీ శలవుల్లో వీలయినంతవరకు ఒత్తిడి తగ్గించండి. లేకపోతే విశ్రాంతి తీసుకొని, మీ ఉత్పాదన పెంచుకునే మహదవకాశం కాలదన్నిన వారవుతారు. కింద ఇచ్చిన సూచనలు ఉపయోగకారులు కావచ్చు:

1. మీరు ప్లానర్ అయితే ప్లాన్ చేయండి

నా మిత్రులు ఒకరు ప్రతిఒక్కటీ ఒక పథకం ప్రకారం చేస్తారు. ఆయన శలవుమీద ఉన్నపుడు కార్యక్రమాలు ప్రతి ఒక్క నిమిషము ఒక పథకం ప్రకారం జరగటం అతనికి చాలా ఇష్టం. నేను అందుకు పూర్తిగా వ్యతిరేకం.

కొన్ని సంవత్సరాల క్రితం మేము ఒక విహారానికి వెళ్లాం. అప్పుడు ఆయన "నేను నీ పద్ధతి అనుసరించ బోతున్నాను. సమయానుకూలంగా ముందుకు సాగుదాం." అన్నాడు. "పర్ఫెక్ట్." అని నా సమాధానం.

మొదటిరోజు నేను ఉదయం పది గంటల వరకూ నిద్రపోయాను. అతను పెందలాడే నిద్రలేచాడు. చేయవలసిన పని ఏమీ లేకపోవటంతో అతను నీరస పడిపోయాడు. అంతే, వెంటనే కూర్చుని ఒక పథకం రచించటంలో ఉదయం అంతా గడిపాడు.

మరొకరిని అనుకరించకండి. మీ శలవు ఒక పథకం ప్రకారం గడపదలచుకుంటే అలాగే చేయండి. కాని దానికి పట్టువిడుపులు చూపండి. శలవులో ఉన్నారు కదా!

2. రోజూ ఒక చలనచిత్రం తయారు చేయండి

అది సృజనాత్మకం. ఆ తర్వాత ఒక ఘనమైన జ్ఞాపకంగా మిగులుతుంది. మూవీ తీయటం మీద మనసు నిలుపుతారు కనుక మీ మనసు ఒక విషయం మీద నిలకడగా ఉంటుంది. అప్పుడు మీరు వర్తమానంలో ఉంటారు. మీ ఇల్లు అక్కడే ఉన్నదా లేక ఒక అడుగు అటో ఇటో జరిగిందా అని చింతిస్తూ కాలం వృధా చేయరు.

రోజంతా చిత్రరచనలోనే గడపకండి. లేకపోతే మీరు ఇక్కడ ఉన్న విషయం మర్చిపోతారు.

మీకు కావలసినదల్లా ఒక స్మార్ట్ ఫోన్ మాత్రమే. మీ స్మార్ట్ ఫోన్ తో సినిమా తీయండి. ఎడిటింగ్ కూడా అక్కడే చేయండి. మీకు వీడియోల మీద మమకారమైతే,ఒక మంచి కెమెరా, ల్యాప్ టాప్ తెచ్చుకోండి.

3. విస్తృతంగా చదవండి

బిల్ గేట్స్ ఒక నిర్విరామ నిరంతర పాఠకులుగా పేరుకెక్కారు. "ఆలోచనా సప్తాహం" సృష్టించిన ఘనత ఆయనదే. అప్పుడు ఆయన చదవటం, ఆలోచించటం మించి మరేమీ చేయరు.

ఇటీవల ఆయన ఒక వ్యాసం ప్రచురించారు. అందులో రాబోయే వేసవిలో ఆయన చదవబోయే పుస్తకాలను గురించి చర్చించారు. ఆ వ్యాసం చూడండి. అది మీకు కూడా ప్రేరణ కలిగించవచ్చు.

శలవులలో చదవటం అంటే నాకు ఇష్టం. చదువుతుంటే కాలం ఆగిపోతుంది. మిమ్మల్ని ఆలోచింపజేస్తుంది. అది మీ మెదడుకు ఆరోగ్యకరమైన మేత.

4. విసుగెత్తి పొండి

కొత్త ఆలోచనల కోసం, భావాలకోసం వేటాడుతూ ఉంటే విసుగు చెందటం నా అభిమాన పథకం. అది కంటికి కనిపించినంత సులభం కాదు. అక్కడ పరధ్యానాలు అధికం.

గతంలో విసుగుపుట్టకుండా ఉండటానికి నేను శతవిధాల టివి చూడటం, బయటికి వెళ్ళటం, ఫేస్ బుక్ తిరగేయటం, వగైరా – ప్రయత్నించే వాడిని. కాని విసుగును కూడా సద్వినియోగం చేయవచ్చు. అది మీకు తెలుసా?

మరేదో వ్యాపకం చూసే బదులు విసుగుకు తల వంచండి. అది మిమ్మల్ని ఎక్కడికి చేరుస్తుందో చూడండి. నాకు అందరికంటే యాండీ వార్హోల్ నచ్చుతారు. ఆయన విసుగును ఆహ్వానించి కావలించుకున్నారు. ఆయన తయారు చేసిన విసుగెత్తించే సినిమాలు గమనించండి. విసుగుపడటాన్ని గురించి ఆయన పుస్తకం "ది ఫిలాసఫీ ఆఫ్ యాండీ వార్హోల్" చదవండి.

సృజనాత్మకతలో నాకు ఏమీ తోచకపోతే, నేను చేతులు ముడుచుకు కూర్చుంటాను. ఏమీ చేయను. ఏమీ చేయనంటే చేయను. మీరు కూడా ఒకసారి ప్రయత్నించి చూడండి. అది చాలా మంచి పథకం. మీ పరిధిలో మీకు మహత్తరమైన ఆలోచన రావచ్చు. ఎవరు చూడవచ్చారు?

కనుక విరామం తీసుకోవటానికి ముహూర్తం అంటూ ఏమీ లేదు.

- "ఎలాగైనాసరే నేను ఈ ప్రాజెక్ట్ పూర్తి చేసి తీరాలి."
- "మా బాస్ ఎన్నటికీ ఒప్పుకోరు."
- "అందరూ నాకు ఒక బద్ధకస్తుడిగా ముద్ర వేస్తారు."
- "నాకు తీరిక లేదు."
- నిద్రపోతే డబ్బు రాదు."

అవును, అవన్నీ నేనూ విన్నాను. మరి ఏం చేస్తారు? నిర్విరామంగా పని చేసి నిర్వీర్యులవుతారా? లేకపోతే అలిసిపోక మునుపే కొంచెం విశ్రాంతి తీసుకుంటారా? అవును జీవితం సుదీర్ఘం. కనుక సుదీర్ఘంగా ఆడండి. ఆ విషయంలో నేను ఇంకా అలిసిపోలేదు. కాని కొంచెం విరామం తీసుకోవలసిన సమయం ఆసన్నమయింది. కనుక ఆగస్ట్ ఫస్ట్ న కొత్త వ్యాసంతో వచ్చినపుడు మిమ్మల్ని కలుస్తాను. అంతవరకూ శలవా మరి! మీ శలవు, మీ ఇష్టం.

తా.క.కొన్ని సంవత్సరాలుగా నాకు శలవు మీద వెళ్ళటానికి స్తోమతు లేకపోయింది. మీది కూడా అదే పరిస్థితి అయితే ఉన్నచోటే శలవు తీసుకోండి. పైన చెప్పిన సూచనలు వర్తిస్తాయి.

అర్థంలేని బ్రౌజింగ్ మానండి

ఏమీ పనిచెయ్యకుండా కూర్చున్న రోజులూ, ఎంతపని చేసినా ఉత్పాదన జరగని రోజులూ మన అందరికీ ఎదురవుతాయి. ఉత్పాదన జరగలేదని మీరు విచారిస్తూ కూర్చుంటే మీ పనికి అంతరాయాలు కలిగి ఉండవచ్చు, లేదా బహువ్యాపకం కారణంగా మీరు నిర్వీర్యులయి ఉండవచ్చు.

ఒకేసమయంలో ఇ మెయిల్ పంపటం, స్నేహితుడికి వర్తమానం పంపటం, మీటింగ్ లో ఉన్నపుడుఫేస్ బుక్ చెక్ చేయటం, చేస్తే మీరు కేవలం సందర్భాన్ని మారుస్తున్నారు. యూనివర్సిటీ ఆఫ్ కాలిఫోర్నియా (ఇర్వయిన్) పరిశోధకులు గ్లోరియా మార్క్ జరిపిన పరిశోధనలో చేస్తున్న పనికి అంతరాయం కలిగితే ఆ పనిలోకి తిరిగి రావటానికి సుమారు 25 నిమిషాలు పడుతుందని చూపింది. మనకు ఒకసారికాదు, పది సార్లు అంతరాయాలు కలుగుతూ ఉంటాయి. ఈ అంతరాయాలవల్ల నష్టపోయే సమయం అంతా జోడిస్తే, చివరకు ఆ రోజు మనం ఏమీ పనిచేయలేదని తేలుతుంది.

శ్టాన్ ఫోర్డ్ యూనివర్సిటీలో క్లిఫర్డ్ నాస్ ఒక సామాజిక శాస్త్రవేత్త. ఆయన బహువ్యాపకత్వం మీద పరిశోధనలు జరిపారు. బహువ్యాపకాలలో నిమగ్నులైనవారు అప్రస్తుత పనులకు ప్రసిద్ధులని ఆయన కనుక్కున్నారు. మనకు నోటిఫికేషన్లవల్ల పరధ్యాస కలుగుతూ ఉంటుంది. ఈ నోటిఫికేషన్లు ఒక వ్యసనం అవుతాయి.

మనలను మనం కంట్రోల్ చేసుకోలేము. దేనిపట్ల, ఎవరిపట్ల శ్రద్ధ వహించాలా అని తెలుసుకోవటానికి మనం నోటిఫికేషన్లు చూస్తూ

ఉంటాము. తెరమీద ఒక నోటిఫికేషన్ దర్శనం ఇచ్చినపుడల్లా మనకు ఉద్రేకం కలుగుతుంది. ఆ ఉద్రేకం వల్ల డోపమిన్ విడుదల అవుతుంది.

మన శరీరం ఉత్పత్తి చేసే ఆనంద రసాయనాలలో డోపమిన్ ఒకటి. అది మెదడులో ఆనంద కేంద్రాలను కంట్రోల్ చేసి మీకు ఆనందం అనుభూతి కలిగిస్తుంది. ఈ ఆనందానుభూతి ఒక వ్యసనం. కనుక మనం డోపమిన్ విడుదల చేసే ప్రవర్తనలకు దాసులమవుతాం. మీరు ఆహారం, సెక్స్, డ్రగ్స్, తెర మీద నోటిఫికేషన్లను గురించి ఆలోచించండి.

డోపమిన్ మనకు ఉద్రేకం కలిగించటంతో బాటు నీరసం కూడా కలిగిస్తుంది. కనుకనే మీరు ఉత్పాదకమైన పని చేయక పోయినా రోజు చివరికి చేరేసరికి అలసట అనుభూతి చెందుతారు. ఇది హానికరమైన ప్రక్రియ. దీనిని మనం ఆపాలి.

చికిత్స: బ్రౌజింగ్ తొలిగించండి

ఉత్పాదకులుగా ఉండటమంటే రోజులో చేసే పని మీ అదుపులో ఉండాలి. బ్రౌజింగ్ మీ ఉత్పాదనకు విపరీతమైన హాని కలిగిస్తుంది. మనం బ్రౌజింగ్ చేసేటపుడు కాలం పరుగులు తీస్తుంది. "ఏమిటీ? రెండుగంటలసేపు నేను ఏమీ చేయలేదా?" అవును. ఈపని మనం ఉద్యోగంలో కూడా చేస్తాం. మీ ధ్యాస, సమయము మీ అదుపులో ఉంచుకోండి. ఇక్కడ అసలు విషయం ఏమిటంటే: సమయానికి విలువనిచ్చే పని చేయండి. సమయాన్ని గురించి మెలకువగా ఉండండి. మీ జీవితం నాణ్యమైన బాటన నడిచేట్లుగా సమయం వినియోగించండి.

మీ ఉత్పాదనను పెంచే 20 విషయాలు

గత నాలుగు సంవత్సరాలు నాకు ఘనంగా గడిచాయి. ఎప్పటికంటే ఎక్కువ పనులు చేశాను. దేశాలు తిరిగాను. ఒక ఎపార్ట్ మెంట్ కొన్నాను. ఒక ఆఫీసు బిల్డింగ్ కూడా కొన్నాను. కుటుంబం, స్నేహితులతో కావలసినంత సమయం గడిపాను. ఆరోగ్యకరమైన జీవనశైలి అనుసరించాను. వారానికి కనీసం నాలుగు సార్లు వ్యాయామం చేశాను.

చంచలమైన అనేక విషయాలు మీ ఉత్పాదనను నిశ్చయిస్తాయి. మీ మనసు బాగా లేకపోతే పనిముట్లు, యాప్స్, హాక్స్ పని చేయవు. ఉత్పాదన అంటేనే ఒక జీవనశైలి. అక్కడ ఏమీ చేయకపోయినా సరే, సమయం వృథా చేయకుండా గరిష్ట ఉత్పాదన సాధించటం కీలక విషయాలు. ఉత్పాదన, సంతోషము చేతిలో చెయ్యేసి నడుస్తాయని నా ఉద్దేశం. ఏమీ చేయకుండా కూర్చోవటం అంటే నాకు దుర్గతే.

గత మూడు సంవత్సరాలలోనూ నేను 20 పద్ధతులు అనుసరించాను. వాటివల్ల నా ఉత్పాదన ఎప్పటికంటే అధికం అయింది. ఆ 20 విషయాలు మీకు చెప్పాలను కుంటున్నాను. (ఇక్కడ నిర్ణీతమైన క్రమం అంటూ ఏమీ లేదు).

1. కర్తవ్యమ్

జీవితంలో అడుగడునా అవసరమైన విషయాలతోబాటు అనవసరమైన విషయాలు వెంట ఉంటాయి. పిచ్చాపాటీ, కబుర్లాడటం, ఆలస్యం చేయటం, కాచుకు కూర్చోవటం, మూగమొద్దులా మాట్లాడకుండా ఉండటం ఇవన్నీ పనికిమాలిన పనులు. మీరు ఏదైనా చేయదలుచుకుంటే పడుం బిగించవలసినది మీరే.

2. మీ ఆలోచనలు, భావాలు రికార్డ్ చేయండి

కంప్యూటర్ల లాగానే మనకూ ర్యాండం యాక్సెస్ మెమరీ (RAM) ఉన్నది. మానవమేధలో RAM తాత్కాలికంగా ముఖ్యమైన సమాచారం నిలవ చేస్తుంది. కాని మీ RAM కెపాసిటీ పరిమితం. అది నిండినపుడు కొత్త సమాచారం చేరితే పాత సమాచారం కొంత చెరిగిపోతుంది. మీ RAM భారం తగ్గించటానికి మీ ఆలోచనలు కాగితం మీదికి ఎక్కించండి. అప్పుడు మీ మెదడు శక్తి పెరుగుతుంది. మీరు వ్రాసిపెట్టుకున్నది మీరు మళ్ళీ చూసినా, చూడకపోయినా అది ప్రయోజనకారి అవుతుంది.

3. లేదు, కాదు అనండి

పని విషయంలోకి వస్తే, నా లక్ష్యాలు, విలువలకు సంబంధించని పనులన్నిటికీ నేను లేదు, కాదు అంటాను. మనం ఒక సంపన్నమైన ప్రపంచంలో నివసిస్తున్నాం. అవకాశాలు ఎప్పుడూ కోకొల్లలు. నా వ్యక్తిగత జీవితంలో నాకు ఉత్తేజం కలిగించని ఏదైనా సరే నేను తిరస్కరిస్తాను. నాకు గిట్టనిది ఏదైనాసరే నేను తిరగ కొడతాను. అప్పుడు నాకు ఇష్టంలేని చెత్తమీద కాలయాపన తరిగి పోతుంది.

4. ప్రతి 30, 45 నిమిషాలకు ఒక5 నిమిషాల విరామం తీసుకోండి

వళ్లు విరుచుకోండి, చిన్న పచారు చేయండి, కొంచెం నీళ్ళు తాగండి. అన్నిటికంటే ముఖ్యంగా చేస్తున్న పనిలోనుంచి తాత్కాలికంగా బయట పడండి. మీరు మళ్ళీ పనిలోకి దిగినపుడు మీకు కొత్త కొత్త ఐడియాలు రావచ్చు. లేకపోతే, "నేనేం చేస్తున్నాను?" అని పర్యావలోకనంచేసి సమయం అంతా వృధా కాకమునుపే దానిని ఆపవచ్చు.

5. పరధ్యాస కలిగించేది అంతా తొలిగించండి

సంకల్ప శక్తికి అనవసరమైన విలువ ఇచ్చారు. మీకు పరధ్యానం కలిగించేది ఏదైనా సరే, తీసివేయండి. నా స్నేహితులు ఒకరికి వార్తల వ్యసనం ఉన్నది. టివి తీసివేయమని, వార్తల యాప్ లు డిలీట్ చేయమని, ల్యాప్ టాప్ మీద వార్త సైట్స్ బ్లాక్ చేయమని చెప్పాను. రెండువారాల

తర్వాత అతను కాల్ చేసి తను కొత్తగా బిజినెస్ మొదలు పెట్టబోతున్నట్లు చెప్పాడు. వ్యసనాలకు మీరు అతీతులని భావించకండి. వాటిని తొలిగించండి.

6. సంకులం దూరంగా ఉంచండి

సంకులమైన జీవితం అంటే సంకులమైన మెదడు. సంకులమైన మెదడుతో పనిచేయటం సాధ్యం కాదు. నామటుకు నాకు పని, నివసించే పర్యావరణము సరళంగా ఉండాలి. ఒక డెస్క్, ఒక ల్యాప్ టాప్, ఒక నోట్ బుక్. అంతే. అదనంగా ఇంకేమీ అవసరం లేదు.

7. కొన్ని రోజులు ఒకే విషయం మీద మనసు లగ్నం చేయండి

మళ్ళీమళ్ళీ చేయవలసిన పనులు ఉంటే ఒకపని తీసుకుని సాధ్యమయినంతవరకు అదేపని చేయండి. నేడు చేయండి. నేను ఒకరోజున రెండు మూడు బ్లాగ్స్ వ్రాస్తాను. మిగతా రోజులలో ఇతర ప్రాజెక్టులు, వ్యవహారాలూ చూసుకుంటాను. వ్రాయటానికి నియమించిన రోజున నా ఫోన్ స్విచ్ ఆఫ్ చేస్తాను. వ్రాతపని మాత్రమే చేస్తాను. అప్పుడు ఏదీ అడ్డం రాదు.

8. సమాచారం అంతా కబళించటం ఆపండి.

ఉత్పాదనమీద మీరు 5000 వ్యాసాలు చదవ నక్కర్లేదు. ఉపయోగకరమైన సమాచారం కనబడితే, అది ప్రయత్నించండి. మరింత సమాచారం కోసం వెతకకండి. అధికస్య అధికం ఫలం అనేది సర్వదా సత్యం కాదు. మీరు పరిమితమైన సమాచారం మాత్రమే చేపట్టగలరు. కబళించటం ఆపండి, సృజన ఆరంభించండి.

9. దినచర్య సృష్టించండి

నిర్ణయాలు చేయటంతో మీ మెదడు అలిసి పోతుంది. దినచర్య ఉంటే నిర్ణయాలు తగ్గుతాయి. అంటే మెదడుకు అదనపు శక్తి. దినచర్యలు అంటే పట్టుబట్టిన మూర్ఖత్వం (OCD) కాదు. అవి సమర్ధమైనవి. వాటిని ఉపయోగించండి.

10. బహువ్యాపకం మానండి

ఇ మెయిల్ పంపటం, స్నేహితులకు సందేశాలు పంపటం, మీటింగ్ లో ఉన్నపుడు ఫేస్ బుక్ చెక్ చేయటం వంటి బహువ్యాపకాలలో నిమగ్నులయితే, మీరు సందర్భాన్ని మారుస్తున్నారు. అంతే. యూనివర్సిటీ ఆఫ్ కాలిఫోర్నియా (ఇర్వయిన్) కు చెందిన గ్లోరియ మార్క్ పరిశోధనలలో పని మధ్యలో అవాంతరం వస్తే, తిరిగి పనిలోకి దిగటానికి 25 నిమిషాలు పడుతుందని తేలింది. సద్వినియోగం కావలసిన సమయం అంతా వృధా అవుతున్నది.

11. ఇ మెయిల్ రోజుకు రెండుసార్లు చెక్ చేయండి

మీరు ఇ మెయిల్ చెక్ చేసినపుడల్లా మీలో డోపమిన్ పుట్టుకు వస్తుంది. నాకు అదే జరుగుతుంది. ఇ మెయిల్ చెక్ చేస్తూ ఉంటే సుఖానుభూతి కలుగుతుంది.అందుకే మనం అందరమూ ఆ వ్యసనానికి బానిసలం అవుతాం. డోపమిన్ సుఖానుభూతి కలిగించటంతోబాటు అలసటకూడా కలిగిస్తుంది. కనుకనే ఉత్పాదకమైన పని చేయకపోయినా రోజు గడిచేసరికి మీరు అలిసిపోతారు. ఆ అలసట తగ్గించు కోవాలంటే నోటిఫికేషన్లు మూసివేయండి, ఇ మెయిల్ రోజుకు రెండు సార్లు మాత్రమే చెక్ చేయండి.

12. రోజు మొదట్లో స్మార్ట్ ఫోన్ వద్దు

మీ పనికి అంతరాయం కలిగించటమే స్మార్ట్ ఫోన్ ముఖ్యప్రయోజనం. రోజు మొదలుపెట్టిన మొదటి గంటలో ఇతరులను, యాప్ లను అంతరాయం కలిగించ నీయకండి. ఆ మొదటిగంట ఆరోజు తర్వాత ఏమి చేయబోతున్నారో ఆలోచించండి. ఒక పుస్తకం చదవండి. మీ బ్రేక్ ఫాస్ట్ తిని, కాఫీ/టీ తాగి ఆనందించండి

13. మర్నాటి పథకం ఆలోచించండి

ప్రతిరాత్రీ నిద్రపోబోయేముందు ఒక ఐదునిమిషాలపాటు మర్నాడు చేయవలసిన పనులను (సాధారణంగా 3 –4 పనులు) గురించి నిర్ణయిస్తాను. నిద్రలేచినపుడు నాకు ఏకాగ్రత మేలుగా ఉంటుంది.

ఈ అభ్యాసం చేయకపోతే నేను సమయం వృధాచేస్తానని గ్రహించాను. నలుగురితోబాటు నడుస్తూ ఉంటే ప్రశాంతంగా ఉంటుంది. కార్లవెంటబడి పిచ్చిగా మొరిగే కుక్కలా ఉండకూడదని నా దృఢనిశ్చయం.

14. ఆలోచన తగ్గించండి

"నేను ఆలోచిస్తున్నాను." అని అంటున్నారంటే నిజానికి వారు చింతిస్తున్నారని అర్థం. అతిగా ఆలోచించకండి. చేతిలో ఉన్న పనిచేయండి. ఏమి జరుగుతుందో చూడండి. జరిగింది మీకు నచ్చితే అలాగే కొనసాగండి. లేకపోతే మరేదైనా చేయండి.

15. వ్యాయామం చేయండి

ఆహారం, నీరు, ఆశ్రయం, బాంధవ్యాలు, వ్యాయామం జీవితంలో అతి ముఖ్యమైన అంశాలు. ఇవిలేకుండా జీవితం ముందుకు సాగదు. క్రమం తప్పకుండా వ్యాయామం చేస్తే మీరు ఆనందంగా ఉంటారు, చురుకుగా ఉంటారు, శక్తియుతులుగా ఉంటారు అని పరిశోధనలు వెల్లడించాయి.

16. కొంచెం నవ్వండి

నవ్వు ఒత్తిడి తగ్గిస్తుంది. మీకు ఉత్పాదన కావాలంటే ఒత్తిడి ఉండకూడదు. కనుక నోరు సాధ్యమయినంత సాగదీయండి.

17. మీటింగ్ లకు వెళ్ళకండి

సంస్థలలో ఉద్యోగం చేసేవారికి ఇది దుస్సాధ్యమయిన విషయం. కొన్ని కంపెనీల నడక "మీటింగ్" ల మీదనే సాగితుంది. తమ పెద్దరికాన్ని ప్రదర్శించటానికి, అసలుపని వాయిదా వేయటానికి ఈ మీటింగ్ లు ఏర్పాటవుతాయి. దయచేసి ఈ మీటింగ్ లు ఆపండి.

18. నిజంగా ఇది అవసరమా?

సాధ్యమయినంత తరుచుగా ఈ ప్రశ్న వేసుకోండి. అది అంత తరుచుగాను "కాదు" అని జవాబు ఇస్తుంది. మరి అనవసరమైన పనులు చేయటం ఎందుకు?

19. రోజు దరిద్రంగా నడుస్తూ ఉంటే, మళ్ళీ మొదలాడండి

మీరు పని చెడగొట్టి ఉండవచ్చు. ఎవరో మీమీద కోపగించి ఉండవచ్చు. అలా జరుగుతుంది అప్పుడప్పుడు. దాని గురించి బాధపడకండి. మనుషులకు దూరంగా ఒంటరిగా ఉండండి. చేతనైతే ధ్యానం చేయండి. సంగీతం వినండి. కాలినడకన అలా వెళ్ళిరండి. అప్పుడు మళ్ళీ పనిలోకి దిగండి. రోజును వృథాగా పోనివ్వకండి.

20. పని చేయండి

అవును, మాటలకు చేతలకు ఆమడ దూరం. చెప్పుట సులభము చేయుట కష్టము అని సామెత ఉండనే ఉన్నది కదా! మాట్లాడటం అందరూ చేసేపనే. మీరు అందరిలాంటి వారు కారు కదా! మీరు ఉత్పాదనా వీరులు. ఆ వీరత్వం పనిలో చూపండి.

ఈ 20 విషయాలూ లేకపోతే ఉత్పాదన నావల్లకాదు. నేను ఏ పరికరాలు, ఏ యాప్స్ ఉపయోగిస్తాను అనే వివరాలలోకి వెళ్ళనని గమనించే ఉంటారు. నా ఉద్దేశంలో అవి ముఖ్యం కాదు. వృద్ధిలోకి రావాలంటే ఉత్పాదన చేయాలనే మనస్తత్వము, అందుకు తగిన పర్యావరణమూ అవసరం. పని చేయటమంటే ఒత్తిడి లేకుండా ఆడుతూ పాడుతూ పని చేయాలని నా ఉద్దేశం. ఆ విధంగా చేస్తే పనిచేయటం ఒక సరదా అవుతుంది, అందుకు తగిన ప్రతిఫలమూ ముట్టుతుంది.

ఆటవిడుపు మీ పనినీ,
జీవితాన్నీ మెరుగు పరుస్తుంది

మీరు బాగా అలిసి ఉన్నపుడు, ఎందులోనో మునిగి ఉన్నపుడూ ఏం చేస్తారు? అలాగే నెట్టుకు పోతారా? లేకపోతే పక్కకు తొలిగి విశ్రాంతి తీసుకుంటారా? గతంలో - ఏది ఏమైనా సరే - ముందుకు నెట్టుకు పోవాలనే నేను అనుకునేవాడిని.జీవితం విషయానికి వస్తే ఇప్పుడుకూడా నేను అదే ధోరణిలో ఆలోచిస్తూ ఉంటాను. మీ గురించీ, మీ కుటుంబాన్ని గురించీ జాగ్రత్త పడకుండా ఉండలేరు కదా!

బాధ్యత అనేది జీవితంలో అత్యంత శక్తిశాలి అయిన ప్రేరణ. ఇక్కడ నేను ప్రేరణా రాహిత్యాన్ని గురించి చెప్పటంలేదు. పనిమానుకుని విశ్రాంతి తీసుకోవటాన్ని గురించి చెబుతున్నాను. కాని ఆ విశ్రాంతి తీసుకోవటమంటే మహానేరమనే భావన ఇంకా మనలో పాతుకునే ఉన్నది. అది జీవితంలో ఓడిపోయినవారికేనని కొందరి అభిప్రాయం. మీరు పనిచేయటం తప్పించుకుంటున్నారని మరికొందరి అభిప్రాయం.

పని పట్ల, జీవితం పట్ల మీకు ప్రేమ ఉంటే శలవు/విశ్రాంతి ఎందుకు అవసరం అవుతుంది? అని కొందరు పెద్దల ప్రశ్న. అవును మంచి ప్రశ్నే సూక్ష్మ బుద్ధీ! విశ్రాంతి మీ జీవితాన్ని, నైపుణ్యాన్నీ ఎలా మెరుగుపరుస్తుందో చూడండి.

లెనార్డ్ మ్లోదినవ్ ఒక భౌతిక శాస్త్రవేత్త. స్టీఫెన్ హాకింగ్ తో కలిసి ఆయన రెండు పుస్తకాలు రచించారు. ఆయన ఎలాస్టిక్ (Elastic) అనే పేరున ఇటీవలనే మరొక పుస్తకం రచించారు. అందులో విరామాన్ని గురించి

విజ్ఞానశాస్త్ర పరిశోధన వెల్లడించిన వివరాలు పొందుపరిచారు. విశ్రాంతి మన శ్రేయస్సును మెరుగు పరుస్తుందని ప్రదర్శించారు.

> *"ఏమీ చేయకుండా కూర్చోవటం ఉత్పాదనకు హానికరం అని కొందరు అనుకోవచ్చు. కాని విరామం లేని జీవితం శ్రేయస్కరం కాదు. వాస్తవానికి అది హాని చేస్తుంది. ఎందుకంటే విరామం మన అనుభవానికీ, నేర్చుకున్న దానికీ అర్థం కలిపిస్తుంది."*

విరామం తీసుకోకుండా పనిచేసేవారికి దూరదృష్టి లోపం. "నేను నా లక్ష్యాలు ఇప్పుడే, ఇక్కడే సాధించాలి!"

కాని ఈ తాత్కాలికదృష్టి మీ చిరకాల అభివృద్ధికీ, ఎదుగుదలకూహాని చేస్తుంది. సర్వదా పనిచేస్తూ వచ్చి నిర్వీర్యులై అడ్డం పడితే ఏమవుతుంది? దాదాపు అన్ని సందర్భాలలోనూ మీ ఫలితాలు దెబ్బతింటాయి, మీ ఉత్పాదన తరిగిపోతుంది. కొన్ని సందర్భాలలో మీరు కుంగిపోవచ్చు. అప్పుడు కోలుకోవటానికి మరికొంత దీర్ఘకాలం అవసరం అవుతుంది.

చికిత్స – నివారణ

ఇది విపరీతంగా నలిగిన సామెత. కాని నివారణ మనం ఎంత తరుచుగా ప్రయత్నిస్తాం? చేయం. దానికి బదులు మనం తలదించి తర్వాత చూద్దాంలే అంటాము. ఇది దుర్వ్యూహం. అలాకాక నిర్వీర్యులం కాకుండా నివారించటం మేలైన వ్యూహం. అందువల్ల మనపని కొంత వెనకబడవచ్చు.

డేల్ కార్నెగీ స్వీయసహాయ రచనలో ఆద్యులు. హౌ టు స్టాప్ వర్రీయింగ్ అండ్ స్టార్ట్ లివింగ్ రచయిత. ఆయన అంటారు:

> *"నిస్త్రాణ, చింతనల నివారణకు ప్రప్రథమ నియమం: తరుచు విశ్రాంతి. మీరు అలసిపోకమునుపే విశ్రాంతి తీసుకోండి."*

కనుక సంవత్సరం పొడుగునా ఒక పథకం ప్రకారం విశ్రాంతి తీసుకోండి. నేను చేసింది అదే. ఫలితంగా నాకు ఐదు ప్రయోజనాలు కలిగాయి:

1. సవ్యమైన పనిచేశారా లేదా అని పరిశీలించవచ్చు

పనిలో నాకు రెండు పద్ధతులు తెలుసు:

1. నిర్వహణ
2. ఆలోచన

నిర్వహణలో ఉన్నపుడు మీరు గంటల తరబడి, రోజుల తరబడి, నెలల తరబడి ఏకధాటిన పనిచేయవచ్చు. సంవత్సరాల తరబడి నిర్విరామంగా పనిచేస్తున్న మనుషులు నాకు తెలుసు. పర్యాలోచన చేయటానికిగాని, తాము చేస్తున్న పనిని గురించి అలోచించటానికిగాని వారు ఎన్నడూ విరామం తీసుకోలేదు. ఫలితం? జీవితం మధ్యలో విపరీత పరిస్థితి. లేదా ఇంకా శీఘ్రంగా విపత్తు ఎదుర్కున్న యువతరం.

వేరు ఆలోచన లేకుండా తలదించి పనిచేస్తూ పోతే మీకు దొరికేది అది. మీరు కోరుతున్నది అవేనా? పనినుంచి విరామం తీసుకుంటే మీకు మనసులో సంభాషణలు తలెత్తుతాయి. మీరు పని చేస్తూఉంటే ఆ పని జరగదు. ఏమీ చేయకుండా ఉంటే కలిగే ఫలితం అది! పనిలో మీరు కొంచెం వెనక పడవచ్చు. కాని ఎవరికి పట్టింది? సొరంగంలో నడిచినట్లు ఉద్యోగంలో కొనసాగుతారా?

సీరియస్‌గా పర్యాలోచన చేయటానికి నాకు కనీసం పదిరోజులు కావాలి. మొదటి ఐదు రోజులు నేను నిర్వహణకు, ఆలోచనకు మధ్య ఎక్కడో ఉంటాను. మీకు పని చేయుటం అలవాటు అయితే, ఏమీ చేయకుండా కేవలం ఆలోచిస్తూ కూర్చోవటం కష్టమైన పనవుతుంది. నేను విరామం తీసుకున్నపుడల్లా నన్ను గురించి నేను చాలా కొత్తవిషయాలు తెలుసుకుంటాను. నేను చాలా చదువుతాను. గత రెండువారాలలో నేను ఐదు పుస్తకాలు చదివాను. నేను ఏమీ వ్రాయలేను. దినచర్య కూడా చాలా తక్కువ వ్రాశాను.

ఏదో కొద్దిగా చదవటం, సినిమాలు, డాక్యుమెంటరీలు చూడటం, స్నేహితులతో కాలక్షేపం, కబుర్లు, పగటి కలలు కనటం. అదీ పని. దానికి ఖర్చు ఏమీ ఉండదు. కాని ప్రతిఫలం మాత్రం అఖండం. అప్పుడు నా మనసు కులాసా అవుతుంది. ఓపిక వచ్చినట్లు తెలుస్తుంది. మళ్ళీ పనిలోకి దిగాలని ఉత్సాహం కలుగుతుంది. నేను నేర్చుకున్న తర్వాతి పాఠం కూడా అదే.

2. మీ భావాలు ఆచరణలో పెట్టవచ్చు

మీ మెదడు ఎన్నో పనులు చేస్తూ ఉంటుంది. వాటిలో చాలామటుకు మీకు తెలియకపోవచ్చు. మన భావాలను ఆచరణలో పెట్టే పద్ధతి మనకు తెలియకుండానే నడుస్తూ ఉంటుంది.

మన అందరికీ చాలా భావాలు వస్తూఉంటాయి. కాని వాటిలో క్రియారూపం చెందేవి చాలా కొద్ది. కదా? ఫేస్ బుక్, ఇంస్టాగ్రామ్ ఇంకా ఇతర కొత్త యాప్ ల విషయంలో తమకు కొత్త ఆలోచనలు కలిగాయని ఎంతమంది చెప్పి ఉంటారు? ఒకసారి నేనొక పెద్ద మనిషిని కలిశాను. ఆయన తనకు ఇ బైక్స్ చేయాలనే ఉద్దేశం కలిగిందని చెప్పారు. తర్వాత ఆయన ఆ విషయంలో ఏమైనా చేశారా? లేదు. ఇప్పుడు ఆయన ఆలీబాబాలో చెత్త కొని గడప గడపకూ తిరిగి వ్యాపారస్తులకు అమ్ముతారు.

మనకు వ్యాపార విషయంలోనే కాదు, ఇతర విషయాలలోకూడా భావాలు, ఉద్దేశాలు కలుగుతాయి.

- "మా ఇల్లు మరొకసారి అలంకరించాలి."
- "న్యూయార్క్ సిటీ నుంచి లాస్ ఏంజలిస్ కు డ్రైవ్ చేయాలని నా కోరిక."
- "నాకు ఒక పుస్తకం వ్రాయాలని ఉన్నది."

ఇవన్నీ ఘనమైన ఉద్దేశాలే. కాని వాటి విషయంలో మీరు ఏమి చేయదలుచుకునారు? వాటికి కార్యరూపం ఇవ్వటాన్ని గురించి చెప్పటంలేదు. అన్ని ఆలోచనలకు విశ్లేషణ అవసరం. ఈ ఆలోచనలు సబబైనవేనా? నేను ఆ పనులన్నీ చేయాలనుకుంటున్నానా? ఇదంతా మళ్ళీ ఆలోచనా ప్రక్రియ. ఆలోచన సరిగా విశ్లేషణ చేయకుండా కార్యరూపం ఇస్తే, వెనుతిరిగి చూసినపుడు అది కేవలం వృధాకాలయాపన అవుతుంది. ఆ వృధా కాలయాపన మీరు పూర్తిగా నివారించ లేరన్నది వాస్తవం. కాని మీ ఆలోచనలు, భావాలు విశ్లేషణ చేయటానికి సమయం వినియోగిస్తే, భవిష్యత్తులో చాలా బాధ, చింత, ఇంకా డబ్బు నష్టం నివారించిన వారవుతారు.

3. మీరు ఇంతకు మించిన కళను ఆస్వాదించగలరు

కళ అంటే ఏమిటి? మిమ్మల్ని ఆలోచింపజేయ గలిగినది ఏదైనా సరే. ఒక మంచి పాట, సినిమా, చిత్రం, పుస్తకం, పద్యం, వ్యాసం, బొమ్మ, శిల్పం ఏదైనా సరే. ఏది కళ, ఏది కాదు అని చెప్పగల అధిష్టానం ఎక్కడా లేదు.

నాకు కలిగే ప్రేరణకు చాలావరకు కళ ఆధారం. అదిలేని జీవితం నేను ఊహించలేను. అక్కడ కూడా కళ దాగి ఉన్నది. ఫారెన్ హీట్ 451 చదవండి లేదా ఈక్విలిబ్రియం అనే సినిమా చూడండి. మీ మనస్థితిని మెరుగు పరచటమే కళ చేసే అత్యుత్తమ సేవ. మీ మనస్థితి బాగుంటే మీరు ఆనందంగా ఉంటారు. చెత్తా చెదారం అంతా ఆస్వాదించి కబళించకండి. బాబ్ డిలాన్, మార్విన్ గయే, విట్నీ హూస్టన్ ల సంగీతం వినండి. ఆల్ఫ్రెడ్ హిచ్ కాక్, ఫ్రాన్సిస్ ఫోర్డ్ కోపోలాల చలనచిత్రాలు చూడండి. ఎర్నెస్ట్ హెమింగ్ వే, హార్పర్ లీ, రాల్ఫ్ ఎల్లిసన్ రచనలు చదవండి. బ్రిటిష్ మ్యూజియంకు వెళ్ళండి. యాండీ వార్హోల్ అధ్యయనం చేయండి.

ఇతర లక్షలాది జనంలాగానే మీరూ వారికృషి చూసి ప్రేరణ పొందుతారు. అది మీ జీవితాన్ని సంపన్నం చేస్తుంది.

4. ఇతర ముఖ్య విషయాలమీద మనసు కేంద్రీకరించండి (పనితో సంబంధం లేనివి)

"మిమ్మల్ని గురించి మరికొంత చెప్పగలరా?"

ఆ ప్రశ్న ఎదురైనపుడు మీరు దేనిని గురించి ఆలోచిస్తారు? మనలో చాలామందిమి "ఫలానా సంస్థలో నేను ఎకౌంటెంట్ గా పని చేస్తున్నాను." అని మొదలు పెడతాం. మీరు అంటే మీ ఉద్యోగమే. ఆధునిక జీవితం మనల్ని ఆ ఆలోచనకు బద్ధులను చేసింది. కాని మీరు అంటే మీ ఉద్యోగం కాదు. మీరు అంటే మీ కుటుంబము, స్నేహితులు, అభిరుచులు, పాశము వీటన్నిటికీ తోడు మీకు ఒక ఉద్యోగం కూడా ఉన్నది. అవును, ఉద్యోగం ముఖ్యమే. అలాగే ఇతర విషయాలు కూడా ముఖ్యమే.

కనుక జీవితంలో ముఖ్య విషయాలను నిర్లక్ష్యం చేయకండి. మీ కుటుంబంతో, స్నేహితులతో మీ బాంధవ్యాలు పెంపొందించండి. కలిసిమెలిసి పనిచేయండి. సకుటుంబంగా విహారం చేయండి. స్నేహితులతో కలిసి కొండలు, గుట్టలమీద బైకింగ్ చేయండి. చొరవ చూపండి. మీ కుటుంబంలో, మీ స్నేహితులలో ఎవరూ చొరవ చూపకపోతే, ఆపని మీరే ఎందుకు చేయకూడదు? మీ బాంధవ్యాలలో కాలం గడిపితే, సామూహికంగా మీకు జ్ఞాపకాలు ఏర్పడుతాయి. అందువల్ల మీ బాంధవ్యాలు మరింత బలపడుతాయి.

మిమ్మల్ని గురించి కూడా ఆలోచించండి. మీ అభిరుచులు ఏమిటి? మీరు ఏమి నేర్చుకోవాలను కుంటున్నారు? ఏమి చేయాలని కలలు కంటున్నారు? ఆ పనులు చేయండి.

5. విశ్రాంతి బోర్ కొడుతుంది – త్వరలోనే

మనుషులు పనిచేయటానికి ఒక కారణం ఉన్నది. పనులు చేయటానికే మనం పుట్టాం. ఉపయోగ పడటమే జీవిత లక్ష్యం అని నా విశ్వాసం.

మీరు ఎవరికైనా, దేనికైనా ఉపయోగపడితే మీ జీవితం సార్ధకం అవుతుంది. సార్ధకమైన జీవితం మనిషి అవసరాల నన్నిటినీ తీరుస్తుంది. కనుకనే మితిమీరిన విశ్రాంతి మనకు వేసట కలిగిస్తుంది. మంచిదైనా సరే మితిమీరితే అది వికటిస్తుందని మా అమ్మ చెబుతూ ఉండేది. నా స్నేహితులతో మితిమించిన సమయం గడిపినపుడూ, నా తొలి గర్ల్ ఫ్రెండ్ ను కలిసినపుడూ మా అమ్మ ఈ హెచ్చరిక చేసింది.

అది వాస్తవం. పనిలాగానే మితిమించిన విశ్రాంతి కూడా శ్రేయస్కరం కాదు. మన శరీరాలు, మనసులు పని చేయటానికే నిర్మితం అయ్యాయి. పని లేకుండా కూర్చున్నందువల్ల నేను నేర్చుకున్న పాఠం: విశ్రాంతి తర్వాత పని. మరి పని తర్వాత? మరింత పని" అని మీరంటే మీకు అర్ధం కాలేదన్నమాట! బహుశ అప్పుడు మీకు కొంచెం విశ్రాంతి కావాలి.

కాలానికి కాపు: మీ ఏకాగ్రత మెరుగు పరచండి సార్థకమైన పని చేయండి

ఈ సంవత్సరం మీరు సాధించదలచిన ముఖ్యమైన పనులు, లక్ష్యాల జాబితా ఏమైనా ఉన్నదా? వాటన్నిటికీ సమయం కేటాయించటానికి సతమత మవుతున్నారా?

నా పరిస్థితీ అదే. జీవితం అంతా గందరగోళం. మనలో చాలామందిమి ఒకేసారి అనేక పనులు చేపట్టి సంభాళించటానికి సతమత మవుతూ ఉంటాము. ఒకేసారి అనేక పనులు చేపట్టకుండా ఉండటమే అందుకు సులువైన పరిష్కారం. కాని అది సర్వదా ఆచరణ యోగ్యం కాదు. అవసరం కూడా ఉండదు.

కాలం వృధాచేయకుండా ఎక్కువ పనులు చేయగలిగితే? అది సాధ్యమే. కాని అందుకు మీరు ఒక పద్ధతి ప్రకారం పని చేయాలి.

ప్రవేశం: కాలానికి కాపు ఒక సరళమైన ఉత్పాదన అభ్యాసం.ఈ అభ్యాసం ప్రయోగించేవారు చాలామంది ఉన్నారు. ఇదేమీ అత్యాధునికమూ ఆకర్షణీయమూ కాదు. విప్లవాత్మకం అంతకంటే కాదు. మీకు కావలసిందల్లా ఒక క్యాలెండర్ మాత్రమే. స్మార్ట్ ఫోన్, కంప్యూటర్ ఉన్న ప్రతి ఒక్కరికీ ఆ సదుపాయం ఉన్నది కదా!

కాలానికి కాపు అంటే మీ ముఖ్యమైన పనులకు సమయం కేటాయించి క్యాలెండర్ లో దానిని గుర్తు పెట్టుకోవటం. అంతే. ఆ సమయంలో మీరు ఆ పని

మాత్రమే చేస్తారు. మీ క్యాలెండర్ దారి తీస్తుంది. తర్వాతఏమి చేయాలి అని ఆలోచించే పని మీకు ఉండదు.

కాలానికి కాపు అంటే ఉత్పాదన సాధనాన్ని మించిన అస్త్రం. అది మనలను మెలకువగా ఉంచుతుంది.

ఉత్పాదన అభివృద్ధిబాట మెలకువతో మొదలవుతుంది

ఉదాహరణకు, ఈ సంవత్సరం వివేచనామయ ఆలోచన మీద ఒక పుస్తకం వ్రాయాలని నా సంకల్పం. కాని అందులో ఒక సమస్య ఉన్నది: నేను వ్రాయటంలేదు.

నేను ఎందుకు అలా తీర్మానించాను? 2017 లో నేను చేయదలచిన ముఖ్యమైన పనులు ఏమిటి అని జాబితా చూశాను. అప్పుడు నా క్యాలెండర్ చూశాను.

అందులో కొంతకాలంగా వ్రాతపనికి సమయం ఏమీకేటాయించి లేదు. "ఆ విషయం తెలుసుకోవటానికి మీరు క్యాలెండర్ చూడాలా?" అని మీరు ఆశ్చర్య పడవచ్చు.

అవును. నేను చూడాలి. నేను అన్నీ గుర్తు ఉంచుకో గలిగిన సూపర్ కంప్యూటర్ ను కాను. ఏదో ఒకటి చేయాలనుకుంటాను. ఆ పని మొదలు పెడతాను. మధ్యలో ఏదో అడ్డం వస్తుంది. ఆ తర్వాత నేను ఆ విషయం మర్చిపోతాను.

ఇది మన అందరికీ జరిగేదే. మనం మెలకువగా ఉండాలి. దారి తప్పకుండా కొనసాగటానికి సాధనాలు కావాలి. అందుకే కాలానికి కాపు పెట్టటం నాకు ఇష్టం.

కాలానికి కాపు – ఇష్టాయిష్టాలు

కాల్ న్యూపోర్ట్ ఒక కంప్యూటర్ సైన్స్ ప్రొఫెసర్. ఆయన డీప్ వర్క్ అనే పుస్తకం వ్రాశారు. ఆయన అంటారు:

"కాలానికి కాపు నేను తీక్షణంగా గమనిస్తాను. మర్నాటి కార్యక్రమం నిశ్చయించటానికి ప్రతిసాయంత్రము నేను పది- ఇరవై నిమిషాలు అంకితం చేస్తాను. పథకం రచిస్తున్న ఈ సమయంలో నేను చేయవలసిన పనులు, నా క్యాలెండర్లు సంప్రదిస్తాను. దానితోబాటు నా వారానికి, త్రైమాసిక పథకాల నోట్స్ కూడా సంప్రదిస్తాను. చేయవలసిన పనులు కార్యక్రమానుసారం, సమయానుసారం గడువు తేదీల ప్రకారం ముందుకు సాగుతున్నాయని రూఢి చేసుకోవటమే నా లక్ష్యం."

నేను చేయవలసిన పనులన్నీ ఒక క్రమంలో అమర్చటానికి ఆ ఆఖరు వాక్యమే మూలం. పని చేయటము, ముందుకు సాగటము ఒకటి కాదు. కాలానికి కాపు పెట్టటంవల్ల నా ఏకాగ్రత మెరుగవుతుంది. సార్థకమైన పనులు చేస్తాను. అంటే జీవితం మీద అసలైన ప్రభావం కలిగించే పనులు.

క్యాలెండర్ల అవసరం లేకుండానే సఫలత సాధించిన పెద్దలు చాలామంది నాకు తెలుసు. వారిని గురించి చదివాను. వారు రోజుకు కేవలం రెండు మూడు గంటలు మాత్రమే పని చేస్తారు.

అది తలుచుకుంటే నాకు విపరీతమైన వ్యామోహం కలుగుతుంది. కాని ఎవరి జీవితం వారు నిశితంగా గమనించాలి. మీరు ఏమి సాధించటానికి ప్రయత్నిస్తున్నారు? అంతకంటే ముందు, మీకు ఉన్న వనరులు ఏమిటి? చేతినిండా డబ్బులేని వారికికావలసినంత సమయం చేతిలో ఉన్నది. మరి అది ఎందుకు సద్వినియోగం చేయకూడదు? ఏది ఏమైనా ఒక పథకం అంటూ ఉంటే, దానికి ఒక ప్రయోజనం ఉంటుంది.

నేను సరయిన పనులే చేస్తున్నానని నాకు నమ్మకం కలగాలి. అందుకు రాబోయే రోజులలో, వారాలలో నేను ఏమి చేయబోతున్నానో ముందుగానే ప్లాన్ చేసి ఉంచుకుంటాను. తరుచు నేను దైనందిన కార్యకలాపాలలో కొట్టుకు పోతుంటాను. ఈ విధంగా ఆలోచించి చూడండి. నా మటుకు నేను ఒక నిర్ణీతమైన పథకం ప్రకారం పని చేస్తాను. జీవితంలో ఒక ముఖ్య విషయం మీదనే ఏకాగ్రం చేసి పని చేస్తూ ఉంటాను. కాని నా జీవితంలో విభిన్న రంగాలు ఉన్నాయి: కుటుంబ వ్యాపారం, నా బ్లాగ్స్, పాడ్ కాస్ట్, ఆన్ లైన్ కోర్స్ లు, బాంధవ్యాలు, స్నేహితులు, పెట్టుబడులు వగైరా వగైరా.

నేను ఏవేవో చాలాచాలా పనులు చేస్తున్నట్లు కనపడవచ్చు. అది మీ దృష్టిని బట్టి ఉంటుంది. నేను చేసే ప్రతిఒక్క పనీ సార్ధకమైన స్వతంత్ర జీవనానికి దారి తీస్తుంది.

ఇక్కడ నేను వేదాంతం చెప్పటంలేదు. మీకు మనసు నిలకడ లేకపోతే, ముందుకు సాగలేకపోతుంటే, ఒక క్రమమైన పద్ధతిలో పనిచేయ దలుచుకుంటే కాలానికి కాపువేసి చూడండి. నాకు కొన్ని విషయాలు సాయపడుతాయని గ్రహించాను.

- ప్రతిరోజూ సాయంత్రం మర్నాటికి ప్లాన్ తయారు చేయటానికి 10 నిమిషాలు కేటాయించండి. ముఖ్యమైన పనులకు సమయం కేటాయించ దలిస్తే సమయసారణి అవసరానికి అనుగుణంగా సర్దండి.
- పునరావృతమయ్యే పనులకు పునరావృత సమయాలు కేటాయించండి. ఉదాహరణకు నా కొత్త పుస్తకం వ్రాయటానికి ప్రతి మంగళవారము, గురువారము రెండు గంటలు కేటాయించాను.
- మితిమించిన భారం తలకెత్తుకోకండి. ఏకబిగిన పది గంటలు పని చేసి మీరు ఉత్పాదకులు కారు. పని మధ్య అక్కడక్కడ విరామం తీసుకోండి.
- మీరు అవసరం అనుకున్నదానికంటే ఎక్కువ సమయం కేటాయించండి.

"అదంతా శ్రుతిమించిన ప్లానింగ్ అనిపిస్తున్నది."

ఫర్వాలేదు. కొంచెం తక్కువ ప్లాన్ చేయండి. ప్రతిదానికీ ఒక వ్యతిరేక నినాదం ఉంటుంది. ఇప్పుడు చెప్పినదానికి పూర్తిగా వ్యతిరేకంగాచెప్పి ఉత్పాదన శూన్యమైన జీవనశైలి ఉద్ఘాటించే పెద్దలూ ఉన్నారు. తమ క్యాలెండర్లు ఖాళీగా ఉన్నాయని ఘోషించే పెద్దలకు జీవితం అంటే లెక్కలేదని గ్రహించండి.

సర్వదా ఆనందసాగరంలో ఓలలాడుతున్నామని నటించే పెద్దలు ఉన్నారు. వారు నిత్యమూ పగటి కలలలో తేలిపోతూ ఉంటారు. నాకు ఏమనిపిస్తుందో తెలుసా? స్కూల్ లో ఎప్పుడూ A గ్రేడ్ సంపాదించే పిల్లలు ఉంటారు. వారు ఎప్పుడూ ఏమంటారో తెలుసా, "ఈ క్లాసుకు చదవటానికి నాకు టైం దొరక లేదు రా" తాము కష్టపడి చదవలేదని మీరు నమ్మాలని వారి

అభిలాష. వారికి జీవితంలో విజయాలు కలిగితే అవి తేలికగా వచ్చినట్లు కనబడుతుంది.

నాకు తెలిసినంత వరకు సార్థకమైన విజయాలు సాధించటం కష్టసాధ్యమైన పని. అదంతా తేలికగా వచ్చిందని గొప్పలు పోవటం తెలివైనపని కాదని నా నమ్మకం. చచ్చేట్లు కష్టపడి పనిచేయటం కూడా తెలివైన పని అని నేననుకోను.

నాకు తరుచు ఎదురయ్యే ప్రశ్న. మీరు సమర్థులా అసమర్థులా?

స్టీవెన్ ప్రెస్ ఫీల్డ్ రచన ది వార్ ఆఫ్ ఆర్ట్ పుస్తకంలో దర్శనం ఇచ్చే సామ్యం. అసమర్థులు ప్రేరణ కలిగినప్పుడు మాత్రమేపని చేస్తారు. సమర్థులు ప్రతిరోజూ కూర్చుని నిలకడగా పనిచేస్తారు. ఇక్కడ నిలకడ కీలకం. అతిగా మితిమించి, క్రమం లేకుండా పనిచేయటం కాదు.

నిత్యవ్యాయామం ఆపివేశాను. జరిగింది ఇదీ.

గత మూడు సంవత్సరాలుగా నేను ప్రతి సంవత్సరమూ నేను చేయదలచిన పనులు నిశ్చయిస్తూ వస్తున్నాను. 2014 లో సాధ్యమైనంత వరకు విదేశాలలో పర్యటించి అక్కడ పని చేయాలనుకున్నాను. 2015 లో సంవత్సరానికి 100 పుస్తకాలు చదవాలని నిశ్చయించాను. 2016 లో ప్రతిరోజూ వ్యాయామం చేయాలని నిశ్చయించుకున్నాను.

ఆ పనులన్నీ చేశాను. సంవత్సరంలో ఏమి చేయాలో నిర్ణయించటం నాకు చాలా ఇష్టం. అప్పుడు మీ సమయాన్ని ఎలా వినియోగిస్తారో మీకు స్పష్టంగా తెలిసి ఉంటుంది. మనఃపూర్వకంగా చేస్తే ఒక సంవత్సరంలో మీరు సాధించ గలిగింది చూసి ఆశ్చర్యపోతారు.

ఈ సంవత్సరం ఎక్కువ పుస్తకాలు వ్రాయాలని నా సంకల్పం. (ఆ పని ఆశించినంత ఘనంగా సాగటం లేదు. కాని నేను నా ప్రయత్నం కొనసాగిస్తున్నాను.) అయినా నా చదువు, వ్యాయామం నేను ఆపబోవటంలేదు.

కాని అది కొన్ని సార్లు అనుకోని మెలికలు తిరుగుతూ ఉంటుంది. ఈ సంవత్సరం జనవరిలో నాకు ఫ్లూ వచ్చింది. తిరిగివచ్చి కుటుంబ వ్యాపారంలో తలదూర్చినపుడు మేము ఎంత వెనకబడి ఉన్నామో నా ఊహకందలేదు. నా బ్లాగ్ కు, ఆన్ లైన్ కోర్సులలో కూడా కొత్తవస్తువులు, విషయాలు చేర్చాలని ప్రయత్నించాను. అప్పుడు నా ఆలోచన: "అన్నీ చేయటం నావల్ల కాదు. కనుక ప్రస్తుతానికి వ్యాయామం మానివేస్తాను."

పెద్ద తప్పు

అప్పుడు ఏమి జరిగిందో తెలుసా!

- ప్రతిరోజూ వ్యాయామానికి బదులు జిమ్ కు వారానికి రెండు మూడు సార్లు మాత్రమే వెళ్లాను. పరిగెత్తటం వారానికి ఒక సారి మాత్రమే చేశాను. (ఇది జనవరి ఆఖరు సంగతి)
- మొదటి కొన్ని వారాలు అంతా సవ్యంగానే నడిచింది. పొరపాటు ఏమీ జరగలేదు. నాకు ఆనందంగా ఉన్నది నా ఉత్పాదన కూడా బాగున్నది.
- కాని ఫిబ్రవరి నెలాఖరుకు పరిస్థితి మారి పోయింది. రోజు ముగిసే సమయానికి నాకు అలసట కలిగేది. నాకు ఎన్నడూ అలా జరగలేదు.
- నా వ్రాతపని తగ్గిపోయింది. నా దగ్గర వ్యాసాలు కొన్ని నిలవ ఉన్నాయి. కనుక వారానికి రెండు వ్యాసాలు పోస్ట్ చేశాను.
- మార్చ్ వచ్చేసరికి నా ఉత్పాదన పడిపోయింది. అదృష్ట వశాత్తూ నేను నా ఉత్పాదన వ్యవస్థకు బద్ధుడిని అయి ఉంటాను. అవసరమైన కనీసపక్షం పని చేయటానికి సాధ్యమయింది. కాని నా సృజనాత్మకత మూతపడింది. ఆగిపోయింది.
- సాయంత్రాలు నెట్ ఫ్లిక్స్ చూడసాగాను. టివి లో 12 కోతులు అనే ఒక కథాంశం కూడాచూశాను. అది పరమచెత్త. పడుకోబోయేముందు ఒక పుస్తకం చదవటం మెరుగనిపించింది.
- సమయం వృధా చేస్తున్నాననే బాధ నన్ను పీడించ సాగింది.
- ఆ బాధలో, నిరాశలో నేను జర్నల్ వ్రాయసాగాను. పర్యావలోకనం చేయసాగాను.
- నా అలవాట్లు పరిశీలించాను. నేను అలిసి పోతున్నానని, పని లోపం చేస్తున్నానని గమనించాను.
- ఎందుచేత? వ్యాయామం అని సమాధానం.
- నిజానికి వ్యాయామ అభావం.
- **ఏప్రిల్ నాటికి నా ఏకాగ్రత తరలించాను. ఆకారం చక్కదిద్దు.**

ప్రస్తుతం నేను చేస్తున్న పని అదీ. ఆకారం చక్కదిద్దాలని మీరు కూడా అనుకుని ఉంటే, మీ గమ్యం ఏమిటో తెలుసుకోవటం ముఖ్యం. ఉదాహరణకు నేను 6 3" ఎత్తున 181 పౌండ్లు తూగుతాను. అందువల్ల జరిగేది ఏమీ లేదు. మామూలుగా చెప్పే బాడీ మాస్ ఇండెక్స్ నిష్ప్రయోజనం. వాటికీ మీ బలానికీ సంబంధం లేదు. నిజం చెప్పాలంటే ఆ కొలతలు అన్నా, నా శరీరంలో కొవ్వు కొలతలు అన్నా నేను పట్టించుకోను. నా దృఢత్వం, నిత్యజీవితంలో దాని ప్రభావం గమనిస్తాను. నేను బాగా ఆరోగ్యంగా ఉంటే:

- ఆగకుండా 10 వేల అడుగులు పరిగెత్త గలను.
- డెడ్ లిఫ్ట్,స్క్వాట్, బెంచ్ ప్రెస్ కనీసం 8 సార్లు చేయ గలుగుతాను.
- కనీసం 12 పుల్ అప్స్ చేయగలుగుతాను

దీనికంతటికీ ఆధారం ఏమిటి? నా శరీరం, అనుభవం. దృఢత్వానికి ఒక నియమం అంటూ ఏమీ లేదు. ఎవరి గమ్యం వారు నిర్ణయించుకోవాలి. నాకు తెలిసినంతవరకు ఎవరైనాసరే వారి శరీరభారంతో సమానమైన బరువు ఎత్త గలగాలి, పుష్ చేయ గలగాలి. అప్పుడు మీరు నిత్య జీవితంలో సక్రమంగా పనిచేయ గలుగుతారు. మీరు ఆరోగ్యంగా ఉంటే మీ శక్తి అధికంగా ఉంటుంది, మీ ఏకాగ్రత మెరుగుగా ఉంటుంది.

మీ దృఢత్వ లక్ష్యం

దృఢత్వం, ఆరోగ్యం మీద యు ట్యూబ్ వీడియోలు చూడండి. అనుభవజ్ఞులతో సంప్రదించండి. మీకు అనువైన కార్యక్రమం – 21 సంవత్సరాల బాడీ బిల్డర్ కార్యక్రమం కాదు – అమర్చుకోండి. మీరు బరువులు మోయనక్కర్లేదు. శారీరకంగా మీకు సవాలు కలిగించేది, చేసి మీరు ఆనందించేది వెతకండి. మీరు మీ శక్తి సామర్థ్యాలు ఉపయోగించకపోతే అవి దిగజారి పోతాయి. అది కటిక సత్యం. అలా అని వాటిని మీరు నిర్లక్ష్యం చేయకూడదు. ప్రేరణ ప్రాముఖ్యత నొక్కి చెప్పటానికి జిగ్ జైగ్లార్ ఉపయోగించిన ఉపమానం ఇక్కడ వర్తిస్తుంది:

"ప్రేరణ ఎక్కువకాలం నిలవదని జనం ఉవాచ. స్నానం కూడా అంతేకదా ! అందుకే రోజూ స్నానం చేయాలనటం."

కనుక మీరు ప్రతిరోజూ వ్యాయామం చేయకపోతే మీకు మీరే హాని చేసుకుంటున్నారు. వ్యాయామం మానివేస్తే మీ జీవన నాణ్యత కొరవడుతుంది. అప్పుడు ఆరోగ్యం బాగు పడటానికి వెండిమాత్ర, బంగారు మాత్రల కోసం చూడకండి. ఈ సలహా అందరికీ నచ్చదని తెలుసు. వ్యాయామం కష్టమైన పని. అందులోనే ఉంది కీలకం. ఆనందమయ జీవనానికి అత్యంత సులభమైన పరిష్కారం మీ చెంతనే ఉన్నది. మీ శరీరం. మీరు దానిని నిర్లక్ష్యం చేస్తున్నారా, బలోపేతం చేస్తున్నారా?

మీ ఉత్పాదన పెరగాలంటే మీకు విశ్రాంతి కావాలని పరిశోధనలు చెబుతున్నాయి

మీరు రోజులో ఎక్కువ భాగం డెస్క్ ముందరే గడుపుతారా? రోజంతా మనసు లగ్నం చేయటం కష్టంగా ఉన్నదా? మీ ఉత్పాదన, ఏకాగ్రత మెరుగుపడటానికి ఒక సరళమైన పరిష్కారం ఉన్నది. "పరధ్యానం లేకుండా నేను ఎక్కువ పని చేయటం ఎలా?"

ఆ ప్రశ్న తరుచు నాకు ఎదురవుతూ ఉంటుంది. అది మానవ సహజం: మన ఉత్పాదన పెరగాలని మనం సర్వదా కోరుకుంటాం. యంత్రాల విషయంలో అయితే అది ముక్కుసూటి వ్యవహారం: మీరు వేగం పెంచితే సరి. యంత్రాలు రోజురోజుకూ వేగంగా, మేలుగా తయారవుతున్నాయి. మరి మీ వ్యక్తిగత ఉత్పాదన మాటేమిటి? ఉత్పాదన మీద నేను డజన్ల కొద్దీ పుస్తకాలూ చదివాను. సమయ నిర్వహణను గురించి లెక్కలేనన్ని వ్యాసాలు చదివాను. నా ఉత్పాదన పెంచటానికి నేను వివిధపద్ధతులు ప్రయోగించి పరీక్షించాను.

ఇక్కడ ధ్యేయం చాలా సరళం: ఉన్న సమయంలో అధికాధికంగా పని సాధించాలని నా కోరిక. పని తగ్గించుకోవటానికి నేను అడ్డదార్లు, తప్పించుకునే మార్గాలు వెతకటం లేదు. పనిచేయటానికి నేను వెనుకాడను. నిరర్థకమైన పనిమీద కాలం వృథాచేయటమే నాకు నచ్చదు. కొన్ని సమయాలలో యు ట్యూబ్ వీడియో చూడటం మొదలు పెడతాను. బూమ్, కన్ను మూసి తెరిచే లోపల రెండు గంటలు మాయమై పోతాయి.

అప్పుడు నాకు యు ట్యూబ్ మీద చిరాకు వేస్తుంది. కానీ అది ఏం ప్రయోజనం? రాత్రంతా మందుకొట్టి తెల్లవారిన తర్వాత మందుమీద కోపగించినట్లు. అది మందుతప్పు కాదు. మీ తప్పు. కదా! మీరు ఒక్క డ్రింక్ తో ఆపలేక పోయారు. ఒక్క వీడియోతో ఆగలేక పోయారు. అవునా, కాదా?

పనిలో (మందు కొట్టటంలో కాదు) కలిగే పరధ్యానాలవల్ల కలిగే నిరాశ నిర్మూలించటానికి నేను ఒక మార్గం కనుక్కున్నాను. అప్పుడు పనిలో ఒత్తిడి తగ్గుతుంది, పని చేయటం సరదాగా ఉంటుంది.

పరిష్కారం చాలా సులభం: ప్రతి 30 నిమిషాలకూ ఒక 5 నిమిషాల విరామం తెసుకోండి.

దీనిని పోమోదోరో టెక్నిక్ అనికూడా అంటారు. ఆ టెక్నిక్ పనిచేయటానికి వెనక ఉన్న కారణం అతి సరళం: పరిణామ జంతుశాస్త్రం. మనిషి మెదడు ఏ ఒక్క విషయం మీదా దీర్ఘకాలం ఏకాగ్రం కాలేదు. మన మెదడు మనలను సజీవంగా ఉంచటానికి ఉద్దేశంచ బడింది. ఎదురవుతున్న ప్రమాదాలనుంచి మనలను కాపాడటానికి మన మెదడు అనుక్షణము అప్రమత్తంగా ఉంటుంది. కనుక దీర్ఘకాలం ఒకేవిషయం మీద ఏకాగ్రం చేసి ఉండటం మెదడుకు కష్టమైన పని.

పనిచేస్తూ మధ్యలో పనిమానుకొని తిరిగి ఆపని మొదలు పెట్టటం వల్ల ఏకాగ్రత సాధ్యమవుతుందని యూనివర్సిటీ ఆఫ్ ఇల్లినాయ్ కి చెందిన అలెజాండ్రో లేరాస పరిశోధనలవల్ల వెల్లడి అయింది. పరీక్షలకు చదవటం, ప్రసంగాలకు తయారు కావటం, నివేదికలు వ్రాయటంవంటి దీర్ఘకాలిక పనులు చేస్తున్నపుడు ఒక పద్ధతి ప్రకారం విరామం తీసుకోవటం సముచితం.

విరామం తీసుకుంటే మీ పని నాణ్యత మెరుగు పడుతుంది

మీరు విరామం తీసుకున్నపుడు స్వయంచాలకంగా మీరు చేస్తున్న పని పర్యావలోకనం చేస్తారు. పనిలో నాణ్యత పెంచటానికి అవసరమైన మార్పులు చేర్పులు అప్పుడు మనసుకు తట్టుతాయి కూడా.

అలా కాక మీరు నిర్విరామంగా పనిచేస్తూ ఉంటే, మీ ఏకాగ్రత కోల్పోవచ్చు, మీ పని రసాభాస కావచ్చు. కనుకనే మీరు చేస్తున్న ఆపని ఎంత

ముఖ్యమైనదో ఈ 5 నిమిషాల విరామాలు కూడా అంత ముఖ్యమైనవి. మీ విరామాలకు విలువ ఇవ్వండి. వాటిని ఒక ప్రతిఫలంగా/పారితోషికంగా పరిగణించండి.

మీ విరామాలలో చిన్న పచారు చేయండి, కాళ్ళు చేతులు చాచి చిన్న వ్యాయామం చేయండి, ఒక కప్పు కాఫీ సేవించండి, లేదా మీకు విశ్రాంతినిచ్చే పని మరేదైనా చేయండి. మీరు చేస్తున్న పని తలుచుకొని ఆనందించండి. నేను ఒక సంవత్సరం నుంచి ఈ 30 నిమిషాల వ్యవధిలో పనిచేస్తూ వచ్చాను. ఈ సంవత్సరంలో చేసినంతపని ఇంతకు మునుపు ఎన్నడూ చేయలేదు. దానికితోడు పనిచేయటంలో సరదా పెరిగింది, ఒత్తిడి తగ్గింది.

నేను 25, 30, 40 నిమిషాల వ్యవధులతో, విరామాలతో ప్రయోగాలు చేసి చూశాను.45 నిమిషాలకు మించి ఏకబిగిన పనిచేయటం ఆరోగ్యకరం కాదని తెలుసుకున్నాను. అంతకుమించి ఏకాగ్రం చేయటానికి ప్రయత్నిస్తే ఉత్పాదన పెరగటం అటు ఉంచి, నిరర్ధకం అయ్యే అవకాశాలు మెండు అవుతాయి. విరామం తీసుకోవటానికి ముందు ఎంతకాలం ఏకబిగిన పనిచేయగలరో మీరుకూడా ప్రయోగాలుచేసి చూడవచ్చు.

మీరు ఈ పద్ధతి ప్రయత్నించ దలిస్తే సహాయక సూచనలు ఇవిగో:

- 30 నిమిషాల వ్యవధి స్థాపించటానికి ఒక యాప్ వినియోగించండి. నేను Tomighty ఉపయోగిస్తాను.
- ప్రతి 30 నిమిషాల వ్యవధికి ఒక పని మాత్రమేఅప్పగించండి
- మీ విరామాలు తప్పవద్దు.
- విరామ సమయంలో మీ ఇ మెయిల్ చూడకండి
- 30 నిమిషాల వ్యవధిలో పని చేస్తున్నపుడు అవాంతరాలు, అత్యవసరాలు ఆమోదించకండి
- దినసరి లక్ష్యం ఏర్పరుచుకోండి. ఉదాహరణకు 10 సార్లు 30 నిమిషాల వ్యవధిలో పని చేశారంటే ౩౦౦ నిమిషాల ఉత్పదన సాధిస్తారు.

చుట్టూ జరిగే గోలలో విరామాలు మర్చిపోవటం సులభం. ఉత్పాదనను గురించి మీరు ఇంకొక వ్యాసం చదవాల్సిన అవసరం లేదు. దానికి బదులు విరామం తీసుకోండి. కొన్నిసార్లు ఉత్పాదన జాబితాలు, ఉత్పాదన కిటుకులతో దారి తప్పుతాం. మీ ఉత్పాదన పెంచటానికి మీరు ఏమిచేసినా సరే, చివరికి పనిచేయవలసింది మీరే. కనుక ఆ 5 నిమిషాల విరామం తీసుకొని శక్తి కూడదీసుకోవటం క్షేమకరం, లాభకరం.

భాగం మూడు

మేలైన కార్యసాధన

"రెండు కుందేళ్ళను వెంటాడే మనిషి దేనినీ పట్టుకోలేరు."

– చైనీస్ సామెత

మీకు ఏమి కావాలో మీకు తెలియదా? ఈ 7 విశ్వజనీన ప్రావీణ్యతలు మెరుగు పరచండి

సఫలత అంటే ఎలా ఉంటుంది? జీవితంలో మీకు ఏమి కావాలి? ఎలాటి ఉద్యోగం కావాలి? అందుకు "నాకు తెలియదు." అనే మనలో చాలామంది సమాధానం. ఇక్కడ మీకు ఒక విషయం తెలుసా? అందులో తప్పేమీ లేదు. కాని, జీవితంలో మనకేమి కావాలో తెలియక పోవటం ఘోరాతి ఘోరమైన అపరాధం అని మన అందరి భావం.

"అయ్య బాబోయ్, నాకేం కావాలో నాకే తెలియదు!" అంటాము. దానితో విపరీతంగా భయాందోళనలకు గురవుతాం. నిజానికి ఇది మన అందరికీ జరుగుతుంది. ముఖ్యంగా మీ కాలేజ్ పాతస్నేహితుల పెళ్లి జరిగినపుడు. మీతోబాటే పనిలో చేరిన మీ సహోద్యోగికి ప్రమోషన్ వచ్చినపుడు ఇలా జరగటం సాధారణం.

అవి బలహీన క్షణాలు. సరిగా అప్పుడే జీవితంలో అనిశ్చితిని గురించి ఆ స్పాట్ లైట్ మనమీదికి తిప్పుకుంటాం. నా జీవితంలో నేను ఏమి చేయదలచుకున్నానో నాకు తెలియాలి అనుకున్నాను. అదే జీవితంలో నేను చేసిన అతి పెద్ద తప్పు. యదార్థం ఏమిటంటే జీవితంలో వారికి ఏమి కావాలో ఎవరికీ తెలియదు.

అనిశ్చితి అంగీకరించండి

రేపు ఒక ఆవు మిమ్మల్ని చంపవచ్చు (నిజంగా జరిగింది). స్టాక్ మార్కెట్ లో మీరు సగం సొమ్ము నష్టపోవచ్చు. మీ ఆస్తి తగలబడవచ్చు. ఇవన్నీ నేను మీకు చెప్పనక్కరలేదు. కాని జీవితంలో జరిగే సంఘటనల్లో దేనికీ మనదగ్గర సమాధానం లేదన్న విషయం గ్రహించాలి. మీరు ఆరోగ్యంగా ఉండబోతున్నారా? స్టాక్ మార్కెట్ కూలిపోబోతున్నదా? మీ వ్యాపారం అలాగే దినదినాభివృద్ధి చెందుతూ ఉంటుందా? ఎవరూ చెప్పలేరు! జీవితంలో అందం అదే. ఎలినార్ రూజ్ వెల్ట్ చాలా చక్కగా చెప్పారు:

> *"జరగబోయేది చెప్పగలిగితే అది జీవితమే కాదు. జీవితంలో రంగు, రుచి, వాసన లోపిస్తాయి."*

"మీరు అన్ని పుస్తకాలు ఎందుకు చదువుతారు? మీరు చదివినదంతా అమలు పరిచే అవకాశం లేదు కదా?" అని కొందరు నన్ను అడుగుతారు. వారు అన్నది సబబే. నేను ఆ పని చేయలేను. మరి నేను ఎందుకు అన్ని విషయాలమీద చదువుతూనే ఉంటాను?

జీవితంలో ఎప్పుడో ఒకసారి ఒక విషయం మీద నాకు జ్ఞానం అవసరం కావచ్చు. ఆ జ్ఞానం అవసరమైన ఆ ఒక్కక్షణం నా జీవితాన్నే పూర్తిగా మార్చివేయవచ్చు. మీకు ఒక ఉదాహరణ ఇస్తాను. 2015 లో నా స్నేహితులు, శ్రేయోభిలాషులు నేను ఉత్పాదన, జీవితం, వ్యాపారమును గురించి నా భావనలు ఆలోచనలు ఇతరులతో పంచుకోవాలని సూచించారు. అపుడు నేను ఆ విషయం తీవ్రంగా ఆలోచించి ఆ ఆపని చేయటం మొదలు పెట్టాను.

మీ జ్ఞానాన్ని ఇతరులతో పంచుకోవటానికి అనేక మార్గాలు ఉన్నాయి. మీరు బృందాలకు శిక్షణ ఇవ్వవచ్చు. సెమినార్లు నిర్వహించవచ్చు. మనుషులకు ఒక్కొక్కరికి విడివిడిగా శిక్షణ ఇవ్వవచ్చు. యు ట్యూబ్ లో వీడియోలు తయారు చేయవచ్చు. సభలు సమావేశాలలో ప్రసంగాలు చేయవచ్చు. మార్గాలు అనంతం. కాని నాకు వ్రాయటంలో ఆసక్తి మెండు. నేను ఆ విషయాలను గురించి గతంలో విస్తృతంగా చదివి ఉన్నాను. కనుక

వ్రాతమూలకంగా నా ఆలోచనలు తెలియపరచ వచ్చునని గ్రహించాను. పని మొదలు పెట్టటానికి అది అన్నిటికంటే సులువైన మార్గం.

వెబ్ సైట్స్ తయారు చేయటాన్ని గురించి కూడా నేను గతంలో అంతా నేర్చుకొని ఉన్నాను. కనుక దీనితో మొదలుపెట్టటం నాకు చాలా సులభం అయిపోయింది. ఒక్క రోజులో నేను ఒక వెబ్ సైట్ తయారు చేయగలిగాను. ఒక నెలరోజులపాటు రోజూ వ్రాయటం మొదలు పెట్టాను. ఫలితం? ఒక పుస్తకం, ఒక కట్టెడు వ్యాసాలూ.

మీ దారి తెలుసుకోండి. గమ్యం కాదు.

వ్రాయటం, వెబ్ సైట్ తయారు చేయటాన్ని గురించి సంవత్సరాల క్రితం నేను చదివినప్పుడు ఒకనాడు ఆ జ్ఞానం నా స్వంత బ్లాగ్ నిర్మించటానికి ఉపయోగిస్తానని నాకు తెలియదు.

నిజం చెప్పాలంటే, నాకు ఏం కావాలో ఆనాడు నాకే తెలియదు. నేను ఎటువెళ్ళాలో మాత్రం నాకు తెలుసు. నేను కూడా ఏదైనా చేయాలని, నేను చేసే పని నాకు ఆనందం కలిగించాలని మాత్రం తెలుసు.

జీవితంతో ఏమి చేయాలి అని ఖచ్చితంగా తెలుసుకోవటం అంత ముఖ్యం కాదు. మనుషులు మారుతారు. ఆర్థిక స్థితిగతులు మారుతాయి. కనుక "నాకేం కావాలో నాకు తెలుసు." అని దృఢంగా అనటం కూడా వాస్తవికం కాదు. ప్రతి ఒక్కరూ తాము ఎటువెళ్ళాలో తెలుసుకోవటమే అన్నిటికంటే ముఖ్యమైన విషయం. మీరు ఎక్కడికి వెళ్ళదలుచుకున్నారు అన్న దూరదృష్టి.

ఇక్కడ మీరు మీ గమ్యం ఖచ్చితంగా తెలుసుకోవలసిన అవసరం లేదు. తమకు ఏమి కావాలో తమకు తెలుసునని చెప్పే పెద్దలనుగురించి మీరు తరుచు చదువుతారు. కాని వారు జనాభాలో అతి స్వల్ప శాతం. నేను స్వయంగా అటువంటి వారిని ఎవరినీ ఇంతవరకూ కలవలేదు. మనలో చాలామందికి ఆ దృఢవిశ్వాసం మొదటినుంచీ లేదు. కాలక్రమేణ అది పెరుగుతుంది.

జీవితంలో ఎటు వెళ్ళాలో మీరు నిశ్చయించుకోలేక పోతున్నారంటే, మీ జీవితంలో తొలి లక్ష్యం అదే – ఎక్కడికి వెళ్ళాలి అని కనుక్కోవటం. "గెటింగ్

ఎవెరి థింగ్ యు కెన్ అవుట్ ఆఫ్ ఆల్ యు హేవ్ గాట్" (నాకు అత్యంత అభిమానమైన పుస్తకాలలో అది ఒకటి) రచయిత జె అబ్రహాం చెప్పేది అదే:

> "మీకు ఏమి కావాలో గుర్తించటం మీ తొలి ప్రాధాన్యత. అప్పుడు అది చూపించే దారిపట్టటానికి సిద్ధంగా ఉండాలి. డెబ్బయి ఐదు, ఎనభై సంవత్సరాల వయసు వచ్చిన తర్వాత వెనక్కు తిరిగిచూసి తప్పుదోవ పట్టామే నని విచారించటం శోచనీయం. అంతకు మించిన శోచనీయ స్థితి ఉండదు."

మీకు ఏమి కావాలో ఖచ్చితంగా తెలుసుకోవాలని ఆయన చెప్పటం లేదు. ఆ విషయం మీరుగమనించే ఉంటారు. అది వాస్తవికం కాదు. మనం ఎక్కడికి వెళ్తున్నామో మనకు సుమారుగా తెలిసి ఉండాలి. అది అగోచరంగా ఉంటుంది. కాని నాకు తలిసి సమాధానం అది ఒక్కటే. జీవితంలో నాకు కనుపించిన సహాయకారి అది ఒక్కటే.

సర్వసామాన్య ప్రావీణ్యతలు సాధించండి

ఏమిటి, ఎలా అని మీరు అన్వేషణ చేస్తున్నప్పుడు టివి చూస్తూనో, మందు కొడుతూనో, జంక్ ఫుడ్ ఆరగిస్తోనో కాలం వృధా చేయకండి. కాలం ప్రయోజనకరంగా గడపండి.

మీకు ఆధారం చూపగల ప్రావీణ్యాలు, నైపుణ్యాలు నేర్చుకోండి. ఉత్తేజం కావాలా? నేను నేర్చుకుంటున్న ప్రావీణ్యాలు కొన్ని ఇక్కడ ఇచ్చాను:

1. **స్వీయ క్రమశిక్షణ:** మీ తలలో మెదిలే విముఖస్వరం చెవిన పెట్టకండి. పక్క మీదినుంచి లేవండి. జిమ్ కు వెళ్ళండి. "నాకు వెళ్లాలని లేదు." అనే మొరాయింపు వినకండి.
2. **వ్యక్తిగత ప్రభావం:** మీరు రోజులో 16 –18 గంటలు మేలుకొని ఉంటారు. ఆ సమయంలోఅత్యుత్తమ ఫలితాలు సాధించటం ఎలాగో నేర్చుకోండి. ప్రభావ పూర్వకంగా పనిచేయండి.
3. **వార్తాలాపం:** వార్తాలాపంలో మనం అందరమూ ఉద్దండులం

అనుకుంటాం. మనం దద్దమ్మలం అన్నమాట కటిక సత్యం. వార్తాలాపం అంటే అది ఒక కళ, ఒక విజ్ఞానం. ఇతరులతో కలిసి పనిచేసే మనసామర్థ్యం అంతా దానిమీదే ఆధారపడి ఉన్నది.

4. **సంప్రదింపులు:** మీరు సదా సంప్రదించుతూనే ఉంటారు. మీ భాగస్వామి, పిల్లలు, తల్లిదండ్రులు, గురువులు, స్నేహితులు, సహోద్యోగులు, అధికారులు, వగైరా. ఇరుపక్షాలకూ ఉత్తమ ఫలితాలు కలిగే విధానం నేర్చుకోండి.

5. **అనునయం:** మీకు కావలసింది న్యాయంగా సంపాదించటం నేర్చుకోండి.

6. **శక్తి, సామర్థ్యం:** శక్తి సాధించటం ఒక నైపుణ్యం. మీ కాళ్ళమీద మీరు నిలబడ గలగాలి. ప్రతి ఒక్కరూ సాధించవలసిన నైపుణ్యం.

7. **వశ్యత, ఒదుగుబాటు:** రోజంతా మీ కంప్యూటర్ ముందరనో, కారు ముందరనో కూర్చుంటే మీరు బిగుసుకు పోతారు. మీ పిదురులు, కింది నడుము, తొడనరాలు, పిక్కలు – సడలించండి, సాగదీయండి. డెస్క్ ముందర పని చేసేవారికి ఇవి సర్వసాధారణ బలహీన స్థానాలు.

మీరు జీవితం సఫలంగా నడపాలంటే ఇది ఒకజీవిత కాలానికి సరిపడ కసరత్తు. మీకు నచ్చిన కసరత్తు ఎంచుకోండి. దానిని వృద్ధి చేయండి. అప్పుడు ఇంకొకటి చేపట్టండి. అలా పునరావృతం చేస్తూ ముందుకు సాగండి. త్వరలోనే మీకు ఏమి కావాలో మీకు తెలుస్తుంది. అప్పటికీ తెలియకపోతే కొంపలు ఏమీ మునగలేదు. నేర్చుకోవలసింది ఇంకా చాలా ఉన్నది.

నిర్ణీత సమయానికి ఆఫీసు వదలండి ఆఫీసుపని ఇంటికి తీసుకెళ్ళకండి

సుదీర్ఘమైన సంతోషము, తృప్తి కలిగించే ఉద్యోగం కొరుకునే ప్రతి ఒక్కరికీ ఈ రెండు పాఠాలు వర్తిస్తాయి. కాని ఆ సలహా అమలు జరపటం కష్టమైన విషయం. మొదటి ఉద్యోగంలో చేరిన తర్వాత ఆ విషయం గ్రహించటానికి నాకు ఆరు సంవత్సరాలు పట్టింది. ఉద్యోగంకంటే జీవితం విలువైనదని నాకు నేను ఇప్పటికీ గుర్తుచేసుకుంటూ ఉంటాను.

గతంలో నేను పనిచేసిన ప్రతిచోటా "దృక్పథమే వాస్తవం" అన్న సంస్కృతి రాజ్యం చేస్తూ ఉండేది. అంటే యదార్ధానికంటే ప్రదర్శన ముఖ్యమన్నమాట. వివరంగా చెప్పాలంటే, అఫీసులో ఎంత ఎక్కువ కాలం గడిపితే అంత కష్టపడి పనిచేస్తున్నారని అర్ధం. అది నిజమా కాదా అన్నది ప్రశ్నార్ధకం.

కాని అసలు విషయం అది కాదు. ఫలితాలే అన్నిటికంటే ముఖ్యం అని మన అందరికీ తెలుసు. అయినా సమావేశాలలో పాల్గొనటం, ఆఫీసులో గడిపిన సమయం, ఇ మెయిల్ కు ఎంత శీఘ్రంగా సమాధానం ఇచ్చారు అన్న డొల్ల విషయాలకే మనం అందరమూ పంతం పట్టినట్లు కలిసికట్టుగా విలువనిస్తూ ఉంటాం.

అది చాలా బాధాకరమైన స్థితి. మా కుటుంబ వ్యాపారంలో ఆనాటిపని పూర్తి చేసిన వారందరినీ ఇంటికి వెళ్ళమని ప్రోత్సహిస్తాం. ఎవరైనా ఆఫీసులో ఎన్నిగంటలు గడిపారు అనేదానికంటే, ముఖ్యమైన విషయాల మీద మనసు నిలపటం మేలైన కొలమానం అని మేము నేర్చుకున్నాం.

కాని "ఈనాటి ముఖ్యమైన పనులన్నీ పూర్తి చేశాను, ఇక నేను ఇంటికి వెళ్తున్నాను." అని చెప్పటానికి చాలామంది మొహమాట పడతారు. నాకు అర్థమవుతుంది. ఒక గ్రూప్ లో పని చేస్తున్నపుడు మీ తోటివారు అసౌకర్యంగా ఫీల్ అవటం, ఏదో అన్యాయం జరుగుతున్నదన్న భావనకు లోనుగావటం మీకు నచ్చదు. ఒక్క విషయం ఆలోచించండి. ఇక్కడ మీరు ఎందుకు పని చేస్తున్నారో కొంచెం తీవ్రంగా ఆలోచించండి. మీ వంతు తోడ్పాటు – అది మీ సంస్థ కానివ్వండి, పరాయి సంస్థ కానివ్వండి – చేయూత ఇవ్వటానికి ఇక్కడ ఉన్నారు.

సుదీర్ఘంగా పని చేయటం వల్ల ఉత్పాదన వికటిస్తుంది

పదిగంటలు మీ ఎదట కూర్చోవటం అంటే జనం ఉవ్విళ్ళూరుతారని నాకు తెలుసు. నీరసంవచ్చి కాళ్ళూచేతులూ కదలక, ఉత్పాదన శూన్యం అయినతర్వాత ఇంకా అక్కడ కూర్చుని ఏం చేస్తారు? రోజుకు 9 –10 గంటలు పని చేయాలనే నియమం తొలిగించటానికి ఒక ముఖ్యకారణం అదే.

మితిమించిన కాలం పని చేస్తే ఉత్పాదన పెరగకపోగా, తరుగుతుందని విస్తారమైన పరిశోధనల సారాంశం. విపరీతంగా పనిచేయటంవల్ల ఒత్తిడి పెరుగుతుంది. తద్వారా కుంగుబాటు, నిద్రలేమి, జ్ఞాపకశక్తి క్షీణించటంతోబాటు గుండెజబ్బులు కూడా కలగవచ్చు. మీకు అర్థమవుతుందనుకుంటాను. కనుకనే పనిచేయటానికి నా మొదటి నిబంధన:

సమయం ముగియగానే బయటికి కదలండి

మొన్న ఈమధ్య నేను నా ఉపదేశకులతో మాట్లాడుతున్నాను. మీకు ఇష్టమైన పని చేస్తూ ఉంటే ఎంత ఘనమైన అనుభూతి కలుగుతుందో చెబుతున్నాను. "నాకు ఇష్టంలేని ఉద్యోగం నేను ఇంతవరకూ చేయలేదు. ఇష్టమైన పని చేయటమే జీవితంలో అత్యంత తృప్తినిచ్చే విషయం." ఆయన సమాధానం.

"ఎంత మంచి అయినా మితిమించితే వికటిస్తుంది." అంటూ ఉండేది మా అమ్మ. ఉద్యోగం, వృత్తి విషయంలో కూడా ఈ సూత్రం వర్తిస్తుందని నా విశ్వాసం. ఇక్కడ నేను పని తీక్షణతను గురించి చెప్పటంలేదు.

నన్ను అపార్థం చేసుకోకండి. నేను ముడ్డి అరిగిపోయేట్లు పని చేస్తాను. ఎప్పుడూ చేశాను కూడా. కాని గంటలకు గంటలు అదే పట్టుకు కూర్చోను. కష్టపడి పనిచేయటం అంటే అందులోనుంచి ఎప్పుడు బయటపడాలో తెలుసుకొని ఉండటం. కాని నా ఉపదేశకులుచెప్పినట్లు, అది చాలా కష్టమైన పని. "నేను అతిగా పనిచేసేవాడిని. ఇంటినుంచి ఉదయం 7.00 గంటలకు బయటికి వచ్చేవాడిని. రాత్రి 11.00 గంటలకు తిరిగి వచ్చేవాడిని. అదే విపరీతం."

మితిమించిన పనినుంచి మిమ్మల్ని మీరు కాపాడుకోవాలి. అది ముక్కుసూటి వ్యవహారం. ఆఫీసు మూసే సమయానికి బయటికి రండి. మీ ఉద్యోగం మీకు నచ్చినా నచ్చకపోయినా ఫర్వాలేదు. ఇంటికి వెళ్ళవలసిన సమయమయితే ఇంటికి వెళ్ళండి!

వారానికి ఏడు రోజులు, రోజుకు 24 గంటలు పనిచేయమని మిమ్మల్ని ఎవరూ అడగలేదు. అది కేవలం మీ అహంకారం. ఆఫీసు రేపుకూడాఅక్కడే ఉంటుంది. మీ సహోద్యోగులు అందరూ బతికే ఉంటారు. మీ కంపెనీ కూలిపోవటం లేదు.

పని అంటే ఫలితాలు. ఆ పని మీరు 6 – 8 గంటలలో చేయలేకపోతే, మీరు సమర్థులు కారు. ఓవర్ టైం పనిచేసే బదులు వ్యక్తిగత ప్రభావం మీద ఏదైనా పుస్తకం చదవండి. లేదా ఉత్పాదనలో శిక్షణ పొందండి.

మీ పని ఆఫీసులో వదలండి

ఇంటికి వెళ్తూ ఆఫీసుపని వెంట తీసుకు వెళ్ళకండి. అలా చేస్తే మీరు సమయానికి ఇంటికి వెళ్ళటం నిరర్థక మవుతుంది. డిన్నర్ దగ్గర మీరు ఫోన్ మీద బేరాలాడుతుంటే అది ఘనకార్యం కాబోదు. ఇంటిలో ఉన్నపుడుకూడా మీరు పనిని గురించే ఆలోచించటంవల్ల మీరు ఎవరికీ, మీకు కూడా, మేలు చేయటం లేదు.

కొంచెం సేద దీరండి. ఏదైనా ఆట ఆడండి. మీ భాగస్వామికి వంటచేసి పెట్టండి. పిల్లలను షికారు తీసుకెళ్ళండి. ఏదైనా సరే. జీవితం ఆనందంగా జీవించటం చాలా సులభం. అది మనచేతిలో పని. మనకు సంతోషకరమైనది ఏమిటో నిర్ణయించ వలసినది మనం. మార్కస్ అరీలియాస్ అంటారు:

"ఆనందమయ జీవితానికి కావలసింది అతి స్వల్పం. అదంతా మీలోనే ఉన్నది. మీ ఆలోచనలో ఉన్నది."

గుర్తుఉండటానికి ఇది నా జర్నల్ మీద ప్రింట్ చేసుకున్నాను.

డబ్బు, సఫలత, కీర్తి, మాన్యత ఇవేవీ మనకు ఆనందాన్ని ఇవ్వలేవని మన అందరికీ తెలుసు. ఏమాత్రము ఆనందం కలిగించలేని వాటిని సాధించటానికే మనం అతిగా శ్రమ పడతాం.

మరి గూడలు నెప్పిపుట్టేవరకూ ఎందుకు పనిచేస్తూనే ఉంటాము? మన అహం కావచ్చు. పని చేయకపోతే మనకు తోచదేమో. పుర్రెకొక బుద్ధి అన్నట్లు ఒక్కొకరు ఒక్కొక విధం. నా మటుకు నేను ఈ కారణాలు లెక్క చేయను. మితిమించిన పని మన జీవితాన్ని, పనిని కూడా చెడగొడుతుంది.

మన మూర్ఖత్వంపాలు కాకుండా మనలను మనం కాపాడుకోవటం అన్నిటికంటే ముఖ్యం. మనం అందరమూ చిన్నపిల్లలవంటి వాళ్ళం. ఆనందంగా, క్షేమంగా బతకటానికి మనకు కొన్ని నియమాలు అవసరం.

కనుక పనిలో మొదటి నియమం ఏమిటంటే ఆఫీసునుంచి సమయానికి బయట పడటం. ఆఫీసుపని అంటికి మోసుకు వెళ్లకపోవటం రెండవ నియమం. మూడవ నియమం? ప్రస్తుతం దాని విషయం వదిలేయండి. దానిని గురించి మరొకసారి ఆలోచించుదాం. ఇప్పుడు నాకు ఇంటికి వెళ్ళవలసిన సమయం అయింది.

నిలకడ కీలకం:
రోజూ 0.1% వృద్ధి చేయండి

మీ అదుపులోలేని విషయాలను గురించి ఎప్పుడైనా చింతిస్తూ ఉంటారా? అలా ఐతే రండి, క్లబ్ లో చేరండి. మనం అందరమూ అదే పడవలో ఉన్నాం.

కాని చింతిస్తూ కూర్చోవటం వృథా కాలయాపన, శక్తిక్షీణం. ఈ సందర్భం ఊహించండి: మీరు పనిలో ఏదో తప్పు చేశారు. అది మీ క్లయంట్ కు చిర్రెత్తించింది. మీరు ఒక ఇ మెయిల్ పొరబాటున మరొకరికి పంపి ఉండవచ్చు. ఒక సమస్య పరిష్కరించటం మీరు మర్చిపోయి ఉండవచ్చు. అది ఏమిటి అనేది ముఖ్యం కాదు. మీ పనిలో ఏదో పొరబాటు జరిగింది.

ఆ పొరబాటు జరిగిందని తెలిసిన తర్వాత మీరేం చేస్తారు? ఒత్తిడికి లోనవుతారా? చిరాకు పడతారా? మిమ్మల్ని మీరే నిందించుకుంటారా? మరెవరినైనా తిడతారా? ఉద్యోగం ఊడుతుందని భయపడుతున్నారా? ఏదైనా పొరబాటు జరిగినప్పుడు, మన అదుపులోలేని విషయాలమీద మనసు కేంద్రీకరిస్తాం. మనకు మనమే పరమ శత్రువులం అవుతాం.

ఇవన్నీ చదవటం ఒక ఎత్తు. అమలు జరపటం మరొక ఎత్తు. ఎందుకంటే ఫాన్ కు పెంట తగిలినపుడు భయపడటం సహజం. ఆలోచనలతో తలకిందులయ్యే బదులు ఒక్క అడుగు వెనక్కువేసి మీ అదుపులో ఉన్న విషయాలను సమీక్షించండి. మీ అదుపులో ఏమేమి ఉన్నాయి?

మనం మన

- కోరిక
- వైఖరి
- తీర్మానాలు
- నిశ్చయం

నిశ్చయించ గలం. అంతే. మిగిలిన మరే విషయాలమీదా మనకు అదుపు పూజ్యం. కనుక ఈ జాబితాలో లేని విషయాలంను గురించి చింతించటం కేవలం వృధాప్రయాస.

అది నిబ్బరంగా అనుష్టానం చేయదగిన వేదాంత అభ్యాసం. ఇది శతాబ్దాలుగా నిలకడగా నిలిచి ఉన్న నిత్యసత్యం. ఇందులో సుగుణం ఏమిటంటే ఇది మీ జీవితంలో తక్షణం అమలు జరపవచ్చు.ఈసారి ఎప్పుడైనా మీరు ఒక పరిస్థితిని గురించి చింతిస్తూ ఉంటే, మీ అదుపులో ఉన్న విషయాలమీద మనసు లగ్నం చేయండి. మనం సరైన చర్య తీసుకోవటమే ముఖ్యం. మనం చేయగలిగింది అదొక్కటే. ఫలితాలు మన అదుపులో లేవు. గమనించారా?

1. తప్పు చేశారా? సరిదిద్దండి.
2. ఏదైనా తప్పు జరిగిందా? పరిష్కారం కనుక్కోండి.

అంతేకాగు, చెడు జరిగినప్పుడు ఆశ్చర్య పోకండి. చెడు జరుగవచ్చునని ఆశించండి.అప్పుడు మీరు ఎన్నడూ ప్రమత్తులు కారు, కాబోరు.

అదేవిధంగా, దురదృష్టం మిమ్మల్ని వరించినప్పుడు "నాకే ఎందుకు ఇలా జరగాలి?" అని వాపోతూ సణగకండి.

ఆ పరిస్థితికి తలవొగ్గి, దానికి పరిష్కారం వెతకటంలో నిమగ్నులు అవండి. మీ శక్తి సామర్థ్యాలు అందుకు వినియోగించండి. సదా ఒక సుముఖ మనస్తత్వం అలవరుచుకోండి.

ఈ అభ్యాసం ఉత్పత్తిని ఎందుకు పెంచుతుంది.

"వేదాంతానికి ఉత్పాదనకు సంబంధం ఏమిటి?" నాకు తరుచు ఎదురయ్యే ప్రశ్న. మీరు ఉత్పాదకులు కావాలి అంటే నిలకడ అన్నిటికంటే ముఖ్యమైన అంశం.

ఉత్పాదన అంటే యురేకా అంటూ గంతులు వేయటం,మీ అదృష్టం, రాత్రుళ్ళు అంతా మేలుకుని పనిచేయటం, రోజంతా రెడ్ బుల్ తాగుతూ ఉండటం కాదు. జీవితంలో మీరు ఏదైనా సాధించదలుచుకుంటే నిత్యమూ ముందడుగు వేస్తూ ఉండాలి. మీ వ్యాయామం, చదవటం, పనిచేయటం, నేర్చుకోవటం, అధ్యయనం, అన్నీ ప్రతిరోజూ జరుగుతూ ఉండాలి.

అసంగతమే ఫలితాలకు శత్రువు

కనుకనే మనో దార్ఢ్యాన్ని పెంచుకోవటానికి నేను నిగ్రహంతో వ్యవహారజ్ఞానం పాటిస్తాను. నా వ్యక్తిగత ఉత్పాదనా వ్యవస్థలో అది ఒక అంశం. వాయిదాలు వేయటం ఎన్నడూ జరగదు.

నాకు మిట్టపల్లాలు పనికిరావు. అవి ఉత్పాదనకు హానికారులు. నాకు ప్రతిరోజూ 0.1% అభివృద్ధి కావాలి. అది చాలా వాస్తవికమైన లక్ష్యం. ప్రయత్నించి చూడండి. అది మీ జీవితాన్ని కూడా మార్చివేయవచ్చు.

మీరు మీ సుఖక్షేత్రం నుంచి బయటికి రావాలని ఎవరన్నారు?

నా సుఖక్షేత్రం అంటే నాకు చాలా మక్కువ. నామటుకు నాకు అసలైన ఇంద్రజాలం అంతా అక్కడే జరుగుతుంది. నా సుఖక్షేత్రంలో నా కుటుంబము, నా స్నేహితులు, పని, సంగీతము, పుస్తకాలు, బైక్, జిమ్, పార్క్, అన్నీ అక్కడే ఉంటాయి. నాకు ప్రియమైన ప్రతి ఒక్కటీ అక్కడే ఉంటుంది.ఆ సురక్షిత క్షేత్రం నుంచి ఏది ప్రయత్నించటానికైనా కొత్త ప్రయోగాలు చేయటానికి, సాహసాలు చేయటానికి – నేను సిద్ధం. ఆ వెర్రిమొర్రి డ్రాయింగ్ నేనెపుడూ నమ్మలేను. నేను దేనిని గురించి చెబుతున్నానో తెలుసా?

- మీ "సుఖ క్షేత్రం" ఒక చిన్న వృత్తం.
- "ఇంద్రజాలం జరిగే స్థానం." సఫలతను సూచించే పెద్దవృత్తం.

మీ సుఖక్షేత్రం నుంచి అడుగు బయటపెడితేనే ఇంద్రజాలం జరుగుతుందా? అంతకంటే తెలివితక్కువ ఇంకొకటి లేదు. సమయం వచ్చింది కనుక అడుగుతున్నాను. మన సుఖక్షేత్రం మంచిదికాదని నటన ఎందుకు? ఇంద్రజాలం చూపే పెద్ద వృత్తానికి, సుఖక్షేత్రంచూపే చిన్నవృత్తానికి మధ్య వైరం.

మీరు శ్రమించాలి, కొత్త విషయాలు ప్రయత్నించాలి, పురోగమించాలి, ఎదగాలి – అన్నీ నేను సమర్థిస్తాను. కాని అందరు స్వీయసాయక నిపుణులలాగా సుఖక్షేత్రం చెడ్డదంటే నేను నమ్మను.

మీరు నన్ను నిరాశావాది అనండి. విరాగి అనండి. కాని అన్నిటికంటే ముఖ్యంగా నేను యదార్థవాదిని. ఆచరణ వాదిని. నిజం చెప్పాలంటే మీరు మీ సుఖక్షేత్రం బయటికి గెంతనక్కర్లేదు. వాస్తవానికి ఇంద్రజాలానికి నిదానమైన బాటన నడవాలని నా విశ్వాసం.

జనం చెప్పే ఇంద్రజాలం ఎక్కడ ఉన్నది?

డబ్బు, కొత్తకొత్త స్నేహితాలు, కొత్త పర్యావరణం పరిచయం చేసుకోవాలనే ఆత్రుత, తిరుగుడు అవసరమైన మరేదైనా సరే, వీటిని గురించి చింతించవలసిన అవసరం లేకపోతే నేను ఉత్తమంగా పనిచేస్తానని గమనించాను.

నేను చెప్పేది అర్థం చేసుకోండి. నేను కదలకుండా కూర్చుంటానని చెప్పటం లేదు. కదలకుండా కూర్చోవటం అంటే నాకు మరణశిక్షతో సమానం. జీవితంలో వివిధదశలు ఉన్నాయని నా నమ్మకం. అప్పుడప్పుడు మీరు రికామిగా ఉంటారు, మీ పాటవాలు, మీ వ్యక్తిత్వం మెరుగు పరుచుకోవటానికి కృషి చేస్తారు. మరికొన్ని సమయాలలో బయటికి వెళ్లి సాహసాలు చేస్తారు. నిర్వీర్యంగా గడిపి ఈ స్వల్పజీవితం వృథా చేయకూడదు.

కాని ఆ రెంటికీ లంకె ఉన్నది. మిమ్మల్ని మీరు మెరుగు పరుచుకోక పోతే, మీలో ఆత్మవిశ్వాసం లోపిస్తే, మీరు ఎన్నడూ సాహసం అంటూ చేయరు. ఇప్పుడు నేను చేస్తున్నపని చేయాలని ఎంతోకాలంగా కలలు గన్నాను. నా సుఖక్షేత్రంనుంచి బయటికి గెంతటానికి (అది తలుచుకుంటేనే భయం) బదులు నిదానంగా పెద్దపెద్ద సవాళ్లు చేపట్టాను.

మొదట వ్యాపారంలో రెండు డిగ్రీలు సంపాదించాను. అప్పుడు మా నాన్నతో కలిసి ఒక వ్యాపారం మొదలుపెట్టాను. అది 2010 లో. వారానికి ఆరు ఏడురోజుల చొప్పున ఆ వ్యాపారంలో రెండు సంవత్సరాలు పనిచేసిన తర్వాత స్వతంత్రంగా మార్కెటింగ్ పని మొదలు పెట్టాను. కొంతకాలం ఆ స్వతంత్ర వ్యాపారం, మరికొన్ని కొత్తవ్యాపారాల ఆరంభం (విఫలం) తర్వాత, పరిశోధన సలహాలసంస్థలో ఉద్యోగంలో చేరాను. ఒక పెద్దసంస్థలో ఉద్యోగం ఎలా ఉంటుందో తెలుసుకోవాలని నా అభిలాష.

ఆ ఉద్యోగం ఒక ఏడాదిన్నరపాటు చేశాను. అప్పుడు ఇంటర్నెట్ ద్వారా

ఉత్పాదన, వృత్తి, వ్యవస్థాపకతలను గురించి వ్రాయటం, ప్రసంగించటము చేయాలని నిశ్చయించుకున్నాను. నేను వ్రాసే విషయాలు అప్పటికి పది సంవత్సరాలుగా చేస్తూ ఉన్నాను. అయినా నాకు అన్నిటికీ సమాధానాలు తెలియవు. నేను నేర్చుకున్నది మీకు చెబుతున్నాను. అంతే.

"సఫలత సాధించాలంటే మీరు ఇప్పుడే ఈ క్షణమే మీ సుఖక్షేత్రం బయట అడుగు పెట్టాలి." అని ఘోషించే పెద్దల సరసన నేనూ చేరితే అది పరిహాసాస్పదంగా ఉంటుంది. మాటవరసకు అడుగుతున్నాను, మీరు ఎప్పుడైనా మీ సుఖక్షేత్రం వెలుపల అడుగు పెట్టారా? ఒక్క అడుగు వేసినా చాలు. ఏమి చూశారు? బస్తాలో డబ్బు మూటకట్టుకు కూర్చున్న లేప్రేకాన్ (ఐర్లాండ్ వాసుల విశ్వాసం ప్రకారం – ఒక దయ్యం) ను చూశారా?

అటువంటిది ఏమీ జరగదు.

సుఖక్షేత్రం చెత్త అంతా కేవలం ఒక కట్టుకథ. ఆ కథ కొందరికి ప్రేరణ కావచ్చు. మీకు నచ్చకపోతే మీరు నమ్మవలసిన అవసరంలేదు. జీవితంలోసఫలత సాధించాలంటే పెందలాడే మేలుకోవాలి అని చెప్పేవారి బోధనవంటిదే.

అలా అని ఎవరన్నారు? మీ సుఖక్షేత్రం వెలుపల అడుగు పెడితే అక్కడ ఇంతకు మించిన పని మీ కోసం కాచుకుని ఉన్నది. ఆషామాషీ కాదు. తమాషా అంతకంటే కాదు. అక్కడ అంతా రక్తం, చెమట, కన్నీళ్లు.

సుఖక్షేత్రంలో ఉంటూనే పైకి ఎదగటానికి కృషి చేయండి

ఇటువంటి రాతలు చదివే వారందరూ జీవితంలో ఏదైనా సాధించాలని ఆశిస్తారు – అని నా ఉద్దేశం. ఉద్యోగానికి స్వస్తి చెప్పి మీరు వ్యాపారం మొదలు పెట్టాలనుకోవచ్చు, వ్యాపారం పెంచాలని అనుకోవచ్చు, కళాకారులు కావాలని, ఏదైనా పుస్తకం వ్రాయాలని అలా ఎన్నైనా అనుకోవచ్చు.

అది అంత సులభం కాదనికూడా బహుశ మీకు తెలిసి ఉండవచ్చు. మీకు విపరీతమైన కష్టం కలిగించే ఆ చెత్తపనులన్నీ చేసి కోరి ఎందుకు జీవితం దుర్భరం చేసుకుంటారు? దానికి బదులు కిందినుంచి మొదలుపెట్టండి. గట్టి పునాది వెయ్యండి. భయానకమైనపని చేపట్టేముందు సుఖమంటే ఏమిటో తెలుసుకోండి.

"ఆ పునాది ఎలా ఉంటుంది?"

బాదరబందీ లేకుండా బతకాలంటే మీ ఖాతాలో తగినంత డబ్బు ఉండాలి. ఒకవేళ మీకు ఉద్యోగం ఏమీ లేకపోయినా ఆరునెలలు సుఖంగా బతకటానికి సరిపడా డబ్బు ఖాతాలో ఉండాలి. అది ఆపదుద్ధారక కవచం. అది నా మనసుకు తోచిన వాస్తవం. మీ లెక్కలు మీరు వేసి మీకు ఎంతకావలసి ఉంటుందో అంచనా వేయండి. ఆ సొమ్ము ఖాతాలో చేరేవరకూ రిస్క్ తీసుకోవటాన్ని గురించి ఆలోచనకూడా రానీయవద్దు.

అవసరానికి ఆదుకునే పాటవం ఒకటి నేర్చుకోండి. దానికి సానపట్టండి. నేను డబ్బంటే లెక్క చెయ్యను. ఎందుకంటే ఉద్యోగం వెతుక్కోగలననే ధైర్యం నాకు ఉన్నది. రేపు నేను పూర్తిగా దివాలా తీసినాసరే మర్నాడే వెళ్లి పని వెతుక్కోగలను. నా చదువుమీద సంవత్సరాల తరబడి శ్రమ, వేలాది డాలర్ల ఖర్చు ధారపోశాను. మీ పాటవం ఏమిటి అన్నదే ఇక్కడ ప్రశ్న. ప్రపంచానికి

మీరు ఏవిధంగా ఉపయోగపడ గలరు? మీరు ఎటువంటి సమస్యలు పరిష్కరించ గలరు? మీ పునాదులను పూర్తి చేసే అంశాలు:

1. **కుటుంబం:** మీకు కుటుంబం అంటూ లేకపోతే ఒకటి సృష్టించండి.
2. **స్నేహితులు:** మీరు అందరికీ స్నేహితులు కాలేరు. మిమ్మల్ని అంటిపెట్టుకుని ఉండే కొందరితో మీరు అంటిపెట్టుకుని ఉండండి.
3. **మీరు:** మీ శరీరాన్నీ, మనసునూ మెలకువతో మెరుగు పరచండి. ప్రతిరాత్రీ నిద్రపోబోయేముందు మీ దార్ఢ్యము, వివేచనా పెరిగి ఉండాలి.

మీ నిజస్వరూపం వదిలి మెలగటానికి ప్రయత్నించకండి. మీరు అంతర్ముఖులయితే బాయిలర్ రూమ్ లో పనిచేయగలరని నటించకండి. మీరు బహిర్ముఖులయితే ఏకాంతంలో పనిచేయగలరని నటించకండి. మీ నిజస్వరూపానికి చేరువలో ఉండండి. మీకు కానిపని చేయటానికి ప్రయత్నించి మీ జీవితం దుర్భరం చేసుకోకండి.

చివరికి, మన అందరికీ సుఖం కావాలి. మానవులుగా అది మన అందరి ప్రాధమిక అవసరం. కాని మనం అందరమూ పెరగాలి, ఎదగాలి కూడా. కనుక మీరు ఏమి చేసినా కూడా, మీ సుఖక్షేత్రంలో సుదీర్ఘంగా కాపురం చేయకండి. ప్రతిరోజూ ఒక అడుగు ముందుకు వేయటానికి ప్రయత్నించండి. అది ఎంతచిన్న అడుగైనా ఫర్వాలేదు. ఇంద్రజాలం కాదు. కావలసింది ప్రయత్నం.

మీరు నమ్మితే సాధించగలరు

మీరు ఏమనుకుంటున్నారో నాకు తెలుసు. "ఈయన ఏదో ఒక సామాజిక మాధ్యమంలో ప్రేరణాత్మకమైన ఒక కొటేషన్ చదివారు. ఇప్పుడు అసాధ్యం అంటూ ఏమీలేదని మనకు చెబుతున్నారు. అదీ విషయం." ఈ ప్రపంచంలో ప్రేరణాత్మకమైన వ్యాసాలకు, పుస్తకాలకు, వీడియోలకు, ఫేస్ బుక్ పోస్ట్ లకు కొదవలేదు. ప్రేరణకు మీకు అంతకుమించిన మోతాదు అక్కరలేదు. ఎందుకో తెలుసా? అటువంటి ప్రేరణ ఆచరణాత్మకం కాదు. అది ఎందుకూ పనికిరాదు. నిరుపయోగం. అదంతా రెడ్ బుల్ తాగటం వంటిదే. అది త్వరగా దిగిపోతుంది.

నమ్మకం అలా కాదు. అది చాలా ప్రయోజనకరమైన సాధనం. ఇక్కడ వచ్చిన పెద్దచిక్కు ఏమిటంటే, మనలో చాలామందికి ఈ నమ్మకం తక్కువ. నమ్మకం అంటే నేను నిజజీవితంలో నమ్మకాన్ని గురించి చెబుతున్నాను. నేను ఆశ,మతవిశ్వాసాలను గురించి చెప్పటం లేదు. అదృష్టం వరించ బోతున్నదని ఆశించి వాలుకుర్చీలో పడుకొని అదృష్టం కలిసి వచ్చినదాక కాచుకు కూర్చోవటం నేను నమ్మను. ఆశించి కూర్చోవటం జీవనానికి ఒక పథకం కాదు. వాస్తవాలు పరిశీలించి యదార్ధదృష్టితో నిర్ణయాలు చేస్తాను. మీకు ఇష్టం ఉన్నా లేకపోయినా, మీ మనసులో పరుగులు తీసే ఆలోచనలన్నీ మీ నమ్మకం వల్ల కలిగినవే.

- "దరిద్రపుగొట్టు జీవితం."
- "ఉద్యోగంలో నాకు నేర్పు లేదు."
- "నేను కోరుకున్న ఉద్యోగం నాకు ఎప్పుడూ దొరకదు."

- "నేను ఎవరికీ ఇష్టం లేదు."
- "నేనెప్పుడూ రాణించలేను."

చూశారు గదా! అవన్నీ అక్కడికి ఎలా చేరాయి? అవన్నీ మీరు నమ్ముతారు గనక. యదార్ధవాదులలో ప్రధమశ్రేణి వ్యక్తులు విలియం జేమ్స్ ఆ విషయమే ఉత్తమంగా చెప్పారు:

"నమ్మకం యదార్థాన్ని సృష్టించటానికి తోడ్పడుతుంది."

నమ్మకం క్రియాశీల సాధనం. వాస్తవాన్ని రూపుదిద్దటానికి మీరు ప్రయోగించవచ్చు

మీరు ఏమి నమ్ముతారో, ఏది నమ్మరో నిర్ణయించేది మీరేనని ఎప్పుడైనా ఆలోచించారా? మీ స్నేహితులు, సహోద్యోగులు, మీ కుటుంబము, సామాజిక మాధ్యమాలు మాత్రం కాదు. మీరు విషయాలు గమనిస్తారు, అప్పుడు ఏమి నమ్మాలో నిర్ణయిస్తారు. కనుకనే నమ్మకం వాస్తవాలను సృష్టిస్తుంది. జీవితం R కెల్లీ పాట కాదు (ఐ బిలీవ్ ఐ కెన్ ఫ్లై). మీరు ఎంత ప్రయత్నించినా మీరు ఎగరలేరు. యదార్ధవాది వాస్తవాలను యథాతథంగా దర్శిస్తారు.

- తగిన శ్రమచేయకుండా మీరు ఎన్నటికీ ఆదరణీయ నాయకులు కాలేరు.
- మీరు చర్య తీసుకోకుండా మీ జీవితం ఎన్నటికీ మారబోవటం లేదు.

ఇక్కడ ముఖ్య విషయం అదికాదు. మీకు ఆ విషయం తెలుసు. కృషిలేకుండా ఫలితం కలగదు.

మీరు కలగనే జీవితం మీరు జీవించగలరనే నమ్మకం మీకు ఉన్నదా?మీ నమ్మకం ఏమిటి? తేల్చుకోవలసిన విషయం అదే. అది అంత సరళం. అది మీరు త్రికరణశుద్ధిగా నమ్మవలసిన విషయం. మీరు నమ్ముతామని చెప్పటం ఒక ఎత్తు. త్రికరణశుద్ధిగా నమ్మటం పూర్తిగా మరొక ఎత్తు. ఆ విషయం నా వ్యక్తిగత కథద్వారా వివరిస్తాను. నా జీవితంలో ఎక్కువభాగం నేను భయంలో జీవించాను. అంతా స్కూలులో మొదలయింది.

> "మంచి మార్కులు రాకపోతే నీకు మంచి యూనివర్సిటీలో ప్రవేశం దొరకదు. మంచి డిగ్రీ లేకుండా నీకు ఎన్నటికీ ఉద్యోగం దొరకదు. అప్పుడు ఎందుకూ పనికిరాకుండా పోతావు. ఒంటరిగా చస్తావు."

అది విన్న తర్వాత, నా పదిహేడు ఏళ్ల మెదడు భయాందోళనలో పడిపోయింది. నేను ఆ తెలివిమాలిన కథ నమ్మటం మొదలు పెట్టాను.

ఎవరికీ పనికిరాని ఒంటరి చావు ఎవరు కోరుకుంటారు?

మిమ్మల్ని మీరు నమ్మకపోవటానికి అది ఒక ఉపమానం. మిమ్మల్ని మీరు నమ్మలేకపోతే అదే మార్గాంతరం. మీరు అసాధారణమైన పని, లేదా, ప్రమాదకరమైనపని ఏదైనా చేస్తే మీరు నిరాశ్రయులవుతారనేది లోకోక్తి. భయం కారణంగా జీవితంలో ముఖ్యమైన నిర్ణయాలు చేశామనే వారిని చాలామందిని నేను కలుస్తూ ఉంటాను.

- మీకు మీ ఉద్యోగం నచ్చదు. కాని మరొక ఉద్యోగం కోసం వెతకరు. ఇప్పుడు ఉన్న ఇల్లు పోతుందేమోనని మీ భయం.
- మీ భాగస్వామికి వీడ్కోలు చెప్పాలనుకుంటున్నారా? కాని ఆ తర్వాత మీరు ఒంటరి చావు చస్తారేమోనని భయమా?
- చచ్చేట్లు చదువుతూ ఉంటారా? అక్కడినుంచి లేస్తే మీ అమ్మా నాన్నా ఏమంటారోనని భయమా?
- మీరు చేసేపని ఈ ప్రపంచానికి చూపించరుకదూ! ఎందుకు? మీరు ఎందుకూ పనికిరానివారని జనం రాళ్ళు వేస్తారని భయమా?

అది నిజంగా జరుగుతుందా? లేకపోతే అది కేవలం మీ మనసు ప్రదర్శించే నాటకమా? బహుశ రెండోదే అయి ఉండవచ్చు. నేను ఎప్పుడూ ఒక రచయితను కావాలని కలలు కనేవాడిని. స్కూల్ లో చదువుతున్నపుడు నా గర్ల్ ఫ్రెండ్ కు పద్యాలు వ్రాసి ఇచ్చాను. ఆ పద్యాలు దారుణం. అయినా ఆ అమ్మాయి ఆ భయంకరమైన పద్యాలు చదివి ఆనందించింది. హాస్యాలు తీసి

పక్కన పెడితే, చదవటమంటే నాకు అమిత ప్రీతి. నా ఆలోచనలకు అక్షరరూపం ఇవ్వటమంటేనాకు ఆనందం.

నాకు తారసపడిన పెద్దలందరూ నేను అప్పుడే చచ్చిపోతానేమో నన్నట్లు నన్ను భయపెట్టేవారు. "రచయితగా నువ్వు జీవిక సాగించలేవు." వారు చెప్పింది నిజమేనేమో. రచయితగా పొట్టపోసుకోవటం అంత సులువైన పనికాదు.

అయితేనేం? విలువైనది ఏదయినా సరే కష్టమే. ఆనాడు నాకు ఆ విషయం తెలియదు. కనుక నేను నా లక్ష్యం వదులుకున్నాను. సురక్షితమయిన బాటన నడిచి వాణిజ్యంలో డిగ్రీ చదవటానికి నిశ్చయించుకున్నాను. అలా నిర్ణయించినందుకు నేనేమీ బాధపడలేదు. ఇక్కడ నేను చాలా ఉపయోగకరమైన విషయాలు నేర్చుకున్నాను. కాని ఆ అనుభవంతో నేను అనుక్షణమూ భయంతో కొట్టుకులాడే జీవినయినాను. స్కూల్ లో జరిగిన భయానక ప్రదర్శన తర్వాత నన్ను నేను నమ్మటం మానేశాను. చదవటము, వ్రాయటము ఆపేశాను. ఆ సమయం అంతా పూర్తిగా వృధా అయిపోయింది. నా నైపుణ్యాలు అభ్యాసం చేయటానికి ఉపయోగపడేవి.

మీరు ఏదైనా సాధించ గలరు (మీరు నమ్మినంత కాలం).

ఒకనాడు మీరు ఏదో నమ్మారు. కాని భయం కారణంగా దానిని నమ్మటం మానేశారు. ఏమిటది? మనమందరమూ అక్కడికి వెళ్లివచ్చిన వారమే. జాగ్రత్త పడకపోతే మీరుకూడా అక్కడే కాపురం చేస్తారు.

నమ్మకం అనేది మీ లక్ష్యాలు చేరుకోవటానికి సాయపడే సాధనం. ఆ విషయం నాకు రెండుమూడు సంవత్సరాల క్రితమే అర్థమయింది. ఎలా జరిగిందో తెలియదు కాని, నేను యదార్థవాదం (అది ఒక ఆలోచనావిధానం) అధ్యయనం చేయటం మొదలు పెట్టాను. అది నా ఆలోచనాసరళి పూర్తిగా మార్చివేసింది. మిమ్మల్ని మీరు నమ్మకపోవటం నిరుపయోగం అని గ్రహించాను. కనుక నేను కోరుకున్న జీవితం జీవించటం సాధ్యమేనని నమ్మటానికి నిశ్చయించుకున్నాను.

నా బిల్లులన్నీ రచనా వ్యాసంగం ద్వారా చెల్లించటం ఇప్పటికీ సాధ్యం కాలేదని ఒప్పుకుంటున్నాను. నేను ఒక వ్యాపారం నడుపుతాను. కన్సల్టింగ్

కూడా చేస్తాను. కాని నా బ్లాగ్ ద్వారా ఎంతోకొంత సంపాదిస్తాను. పదిహేడు ఏళ్ల వయసులో అది చెప్పుకోదగినదేనని నా ఉద్దేశం. మిమ్మల్ని మీరు నమ్మటం చాలా సులభం. అది మీరు కూడా చేయవచ్చు. నమ్మకం అనేది కేవలం ఒక సాధనమని గుర్తు ఉంచుకోండి. ఇది విప్లవాత్మకమైన నవభావన ఏమీ కాదు. అది వందలాది ఏళ్లనుంచీ వస్తున్నభావన. మనుషులు దానికి ఎవరికి తోచిన పేరు వారు పెట్టారు.

దానిని మీరు ఏ పేరున పిలుస్తారు అన్నది ముఖ్యం కాదు. కాని నమ్మకాన్ని ఒక సాధనంగా ఉపయోగించటం మొదలుపెట్టిన నాటినుంచీ ఏమి జరిగిందో తెలుసా? ఒకనాడు నేను నమ్మిన విషయాలన్నీ ఈనాడు వాస్తవాలు అయ్యాయి. నేను నమ్మే ఇతర విషయాలుకూడా ఒకనాటికి వాస్తవాలు అయితీరుతాయి.

అంత దృఢంగా ఎలా చెప్పగలను? ఎందుకంటే నా మనసు ఊహించ గలదు. ఒకసారి మీ మనసు ఊహించ గలిగితే, మీరు సాధించగలరు. అది ప్రేరణాత్మకమైన కొటేషన్ కాదు. అది యదార్థం. మీరు నమ్ముతారా?

పోటీ పడకండి. సృష్టించండి

ఉద్యోగాలకోసం, మార్కెట్ షేర్ కోసం మీరు పోటీ పడాలనుకుంటే మీరు కూడా నాలాగే పొరబడ్డారు. పోటీ అన్న భావన మన మనసులలో పాతుకు పోయింది. ఒకే ఉద్యోగం కోసం మనం ఎదటివారితో పోటీ పడాలని మన నమ్మకం. ఎవరో ఒకరికి ఒక ఉద్యోగం ఉన్నదంటే, మీకుకూడా అదే ఉద్యోగంరాదు, కదా? ఒక కంపెనీకి మార్కెట్ లో కొంతవాటా ఉన్నది. అందులో కొంతవాటా మీకు కావాలంటే మీరు వారితో పోటీ పడాలి.

కనీసం, సాంప్రదాయక ఆలోచన చెప్పేది అది. నేను బిజినెస్ స్కూల్ లో నేర్చుకున్నది కూడా అదే. నా చదువు అంతా ఇతర వ్యాపారాలతో పోటీ పడటం మీదనే ఆధారితమై ఉండేది. నేను చదివిన ప్రతి వాణిజ్య పుస్తకమూ వ్యాపారం అంటే పోటీయేనని తలపోస్తుంది.

అంతకుమించిన పొరబాటు ఇంకొకటి లేదు. డబ్బు, ఉద్యోగమూ, సావధానతల కోసం మీరు పోటీ పడాలని ఊహించటం అంటే మన ఆలోచనాశక్తికి కళ్ళాలు వేస్తున్నాం అని తాత్పర్యం. దానికి బదులు మనం సమృద్ధి మనస్తత్వం అలవరచుకోవాలి. వ్యక్తిగత వికాస రచనలో వాలస్ డి వాటిల్స్ ప్రసిద్ధి చెందిన ఆద్యులలో ఒకరు. ఆయన ఉవాచ:

> *"పోటీ అనే ఆలోచన తొలిగించండి. ఇప్పటికే సృష్టి అయి ఉన్నదానికోసం పోటీ పడటం కాదు, మీరు సృష్టించాలి. మీరు ఎవరి దగ్గరినుంచీ ఏమీ దోచనక్కర్లేదు."*

వనరులు పరిమితం అని నమ్మటమే సాంప్రదాయక వాణిజ్యవేత్తలు చేసే అతిపెద్ద పొరబాటు. అది సర్వదా యదార్థం కాదు. ఒకవేళ అయినా ఆ మనస్తత్వం అలవరుచుకోవటం ప్రమాదకరం. వ్యాపారవేత్తలూ, ఉద్యోగస్తులూ దాదాపు అందరూ ఎవరో అందులో తమను చిత్తు చేయటానికి వస్తున్నారని భయపడుతున్నారు.

అవునా? మన ఖాతాదారులూ, మన వ్యాపారము, మన కాంట్రాక్టులూ, సావధానత, వేటికోసమైతే మనం అంత శ్రమపడ్డామో అవి అన్నీ నష్టపోతామేమోనని మన భయం. అక్కడ సమస్య సరిగ్గా అదే. భయం భయానికి ఊపిరి పోస్తుంది. మీరు ఎదగరేమోనని మీరు భయపడితే ఏమవుతుంది? సరిగ్గా అదే జరుగుతుంది. మీరు ఎదగరు.

జీవితం సంపన్నం

చరిత్ర గమనిస్తే మానవజాతి అనుక్షణము ముందడుగు వేస్తూనే ఉన్నదని కనబడుతుంది. యుద్ధాలు వచ్చాయి. ఆర్థిక పతనం పలుమార్లు జరిగింది. కాని ప్రతిసారీ మనం కోలుకొని ముందుకు సాగాం, అభివృద్ధి చెందాం. ఆర్థికస్థితి మెరుగు పడబోవటంలేదని ఆశిస్తున్నారంటే, మీరు మానవాళికి విరుద్ధంగా పందెం కాస్తున్నారన్నమాట. ఆమాట నేను నమ్మను. బతకటానికి, బాగుపడటానికి మానవాళి సదా ఏదో ఒక పరిష్కారం కనుక్కుంటుంది. మనం చేసేది అదే.

మనం ఒక సంపన్న ప్రపంచంలో జీవిస్తున్నామని మీరు నమ్మితీరాలి. ఇక్కడ ప్రతి ఒక్కరికీ సరిపడా అవకాశాలు, సంపదలు ఉన్నాయి. కనుక మీవల్లకాదు అని ఎన్నడూ అనుకోకండి. అటువంటి ఆలోచనవల్ల ప్రయోజనం శూన్యం.

సరయిన జీవనోపాధి కనపడకపోతే, మీరే ఒకటి సృష్టించండి

జీవితం సుగమం కాదని మీకు తెలుసు. దానికితోడు మానసికంగా, ఆర్థికంగా మీకు తృప్తి కలిగించే జీవనోపాధి కనుక్కోవటం సులభమైన విషయం కాదు. లక్షలాది జనానికి ఇది ఒక పెద్ద సవాలు అని నాకు బాగా తెలుసు. అంతేకాదు,

వీరిలో చాలామంది జీవనోపాధి సృష్టించుకోలేమని అనుకొని కుంచించుకు పోతారు.

సంస్థలు, వ్యవస్థాపకులు మార్కెట్ షేర్ సృష్టించాలని చెప్పినట్లే జనం జీవనోపాధి సృష్టించుకోవాలని నా నమ్మకం. ఇటీవల ఒక అసాంకేతిక సంస్థలో నేను ఒక "ముఖ్య ఆనంద ఆధికారి"ని చూశాను. అది చాలా అసాధారణ విషయం. ఆ విషయంలో కొంత పరిశోధన జరిపాను. అప్పుడు తెలిసింది. మొట్టమొదట 2003లో రోనాల్డ్ మక్డోనాల్డ్ మొట్టమొదట "ముఖ్య ఆనంద అధికారి" బిరుదు పొందారని. ఆ తర్వాత సాంకేతిక సంస్థలుకూడా ఆ బిరుదు స్వంతం చేసుకున్నాయి. అది చాలా సరళం. ముఖ్య ఆనంద అధికారి అంటే ఉద్యోగుల క్షేమానికి, ఆనందానికి బాధ్యులు.జాపోస్ సంస్థ CEO టోనీ సీయే ఉద్యోగుల ఆనందానికి చాలా విలువ ఇస్తారని చదివాను.

అసలు విషయం ఇక్కడే ఉన్నది: సాంప్రదాయకంగా నడిచే సంస్థలు ఇదంతా చెత్త అని కొట్టిపారేస్తాయి. ఇంతక్రితం నేను చెప్పిన సంస్థకూడా మొదట్లో అదే భావనలో ఉండేది. కనుక అక్కడ ముఖ్య ఆనంద అధికారి ఉద్యోగం అంటూ ఉండేది కాదు. తను ఆ ఉద్యోగం సృష్టించవలసి వచ్చిందని ఆమె నాకు చెప్పారు. కేవలం జీతం కోసమే జనం మీ దగ్గర పని చేస్తారని గతంలో నాయకుల విశ్వాసం. మీరు ఎంత ఎక్కువ జీతం ఇస్తే అంత మంచివారిని ఆకర్షించ వచ్చునని మీ అభిప్రాయం.

అది కొందరిపట్ల నిజం కావచ్చు. అధిక వేతనం ఒక్కటే సదా ఆకర్షణీయం కాకపోవచ్చు. ఉద్యోగం, వృత్తి అంటే చాలామంది దృష్టిలో పనిచేయటంలో ఆనందం, మెచ్చుకోలు అనుభూతి, ఆనందంగా జీవించటం. ముఖ్య ఆనంద అధికారి సఫలత వాటిలోనే ఉన్నది.

ఇక్కడ గమనించ వలసిన విషయం ఏమిటంటే: ఇతరులు ఏమనుకున్నా ఫర్వాలేదు. మీరు ఏదైనా దృఢంగా నమ్మి తద్వారా విలువ సృష్టించ గలిగితే దానిని అనుసరించండి.

- ఇదేవరికీ అక్కర్లేదు
- మీ పని అంతా చెత్త
- మీరు కాలం వృథా చేస్తున్నారు

అనేవారు ఎప్పుడూ ఉంటారు. లేదు, కాదు అని చెప్పేవారిని వినకండి. వారి సంకుచిత విశ్వాసాలలో వారిని మునిగి ఉండనీయండి. మీరు మాత్రం ఈపని చేయండి.

సృష్టి. సృష్టి. సృష్టి.

ఈ ప్రపంచంలో ప్రతి ఒక్కరికీ అవకాశాలు మెండుగా ఉన్నాయి. జనం ఆ అవకాశాలు అంది పుచ్చుకోరనేది పెద్ద సమస్య. మీకు ప్రత్యేకమైన జీవనోపాధి కావాలి అంటే అది మీరే సృష్టించాలి. మీ వ్యాపారం విషయంలో కూడా ఇదే వర్తిస్తుంది. పరిమితమైన వనరులు, విముఖ వ్యాఖ్యాతలు, మీరు అలా చేయకూడదు అనే మరే కారణంమీదా మనసు లగ్నం చేయకండి. సంపన్న మనస్తత్వం అలవరుచుకోండి. మీరు కన్నుమూసి తెరిచే లోపల మీరు రెండు చేతులకూ అరపనంత ఆవకాశం మీకు స్వాగతం పలుకుతుంది.

ఇక్కడ నెదర్లాండ్స్ లో మేము దానిని "భోగ సమస్య" అంటాము. నామాట నమ్మండి. మీరు కావాలని కోరుకునే సమస్య అది ఒక్కటే.

శక్తి అంతా పునరావృత్తిలోనే ఉన్నది

మీ వృత్తి/ఉద్యోగాల మూలసూత్రాలు మీరు నిర్లక్ష్యం చేస్తారు. అదే మీరు చేసే పెద్ద తప్పు. అన్నిటినీ మించిన పెద్ద తప్పు. మీరు ఏమి చేస్తున్నా, ఎక్కడ ఉంటున్నా, మీరు ఎవరైనా సరే ఇది వర్తిస్తుంది.

ఒక మంచి మనిషి, మంచి అథ్లెట్, స్నేహితులు, వ్యవస్థాపకులు, విద్యార్థి కావటానికి అవసరమైన ముఖ్య పునాదులు విడిచి పెడితే, మీరు ఎన్నడూ నిలకడగా ఉండలేరు. అథ్లెట్ లను అధ్యయనం చేసిన తర్వాత నేను నేర్చుకున్న పెద్దపాఠం అది. వృత్తిపరంగా క్రీడలు చేపట్టినవారు నిత్యమూ ఉత్తమ ప్రదర్శన చేయాలనే ఒత్తిడిలో ఉంటారు.

ఉదాహరణకు డేనియల్ కార్మియర్ ను తీసుకోండి. ప్రస్తుతం ఆయన UFC లైట్ హెవీ వెయిట్ చాంపియన్. మాజీ ఒలింపిక్ రెజ్లర్ కూడా. ఆ 38 ఏళ్ల చాంపియన్ వృత్తి జీవనం ఇంతవరకూ మనోజ్ఞంగా ఉన్నది. మల్లయోధుడుగా ఆయన చాలా బంగారు పతకాలు గెలుచుకున్నారు. MMA (మిక్సేడ్ మార్షల్ ఆర్ట్స్) లో ఆయన 22 పోటీలలో 20 పోటీలు నెగ్గారు. ఆయన ఉత్తమోత్తముల జాబితాలో చేరుతారు.

అంతేకాక ఆయన పోరాట క్రీడల విశ్లేషకులు. ఫాక్స్ స్పోర్ట్స్ లో UFC కార్యక్రమానికి సహ ఆతిథేయులు. ఆయన నిరంతర క్రియాశీలి. ఆయన ఉద్దేశంలో ఆయన సఫలతకు కీలకం ఏమిటి? ఆయన అంటారు:

> *"ప్రాథమిక విషయాలు సక్రమంగా లేకపోతే క్రీడలలో మీరు ఉన్నత స్థాయి చేరుకోలేరు."*

అది ఒక క్రీడలకే కాదు జీవితంలో అన్నిరంగాలకూ వర్తిస్తుంది. రచన, ప్రసంగం, విక్రయాలు, నాయకత్వం ఏదైనా సరే ప్రాథమిక విషయాలు క్షుణ్ణంగా లేకపోతే మీ సంభావ్యశక్తి చేరుకోలేరు.

ప్రాథమిక విషయాలు పునశ్చరణ చేయండి

ప్రాథమిక విషయాలు సానపట్టటానికి ఒకటే మార్గం. పునశ్చరణ. వల్లెవేయటం. మీకు బలం ఎలా వస్తుంది? బరువులు మళ్ళీమళ్ళీ ఎత్తుతూ దించుతూ కొనసాగితే. నిరంతర వ్యాయామం చేయటంవల్ల మీకు దార్ఢ్యం వస్తుంది. అది మన అందరికీ తెలుసు. మరి మీ మనసు సంగతి ఏమిటి? మానసికంగా దార్ఢ్యం సంపాదించటం ఎలా? అసలు మానసిక దార్ఢ్యం ఎందుకు? సమాధానం చాలా సరళం. ప్రతి ఒక్కటీ మనసులో మొదలవుతుంది. "ది వార్ ఆఫ్ ఆర్ట్ " రచయిత స్టీవెన్ ప్రెస్ ఫీల్డ్ చాలా చక్కగా చెప్పారు:

> *"చిరకాలం మనటానికి మనం మన అంతరంగ శక్తులు దృఢపరుచుకోవాలి. అవి కంప్యూటర్ టెక్నాలజీ వంటి నైపుణ్యాలు కావు. అవన్నీ పాతకాలపు స్వయంసమృద్ధి, స్వయంప్రేరణ, స్వయంశక్తి, స్వయంశిక్షణ, నిబ్బరమువంటి ప్రాథమిక లక్షణాలు."*

కాని, ఇప్పుడు సవాలు ఏమిటి అంటే అవి సాధించటం ఎలా? శారీరకంగా బలం ఎలా కలుగుతుందో నాకు తెలుసు. కాని మానసిక బలం ఎలా కలుగుతుందో నాకు ఇంతవరకూ తెలియదు. అదంతా జీవితంలో అనుభవం ద్వారా వస్తుంది అని చెబితే నాకు నచ్చలేదు. అంతకంటే మేలైన మార్గం మరొకటి ఉండాలి. మానసిక దార్ఢ్యం కోసం 70 ఏళ్ల వయసు వచ్చేవరకూ కాచుకుని ఉండాలా?

కొన్ని విషయాలు, ముఖ్యంగా ప్రాథమిక అంశాలు పునశ్చరణ చేస్తూ ఉంటే, వేగంగా చేయవచ్చు. ఎందుకంటే అక్కడే మనం ఎక్కువగా తప్పులు చేస్తూ ఉంటాం. మనకు అన్నీ తెలుసునని మన అపోహ.

ఆరంభకులుగానే ఉండండి

"నాకు అంతకు ముందే అది తెలుసు." అని మీరు ఎంత తరుచుగా అనుకుంటూ ఉంటారు? మీరూ మా అందరిలాంటివారే అయితే అది తరుచు జరిగేపని. మనం ఒక విషయం పదేపదే గుర్తు చేసుకోవాలి. తమకు అంతా తెలుసు ననుకునేవారు జీవితంలో విపరీతంగా నష్టపోతారు. తమకు అంతా తెలుసుననుకునేవారిని నేను నిత్యమూ కలుస్తూనే ఉంటాను. ఇంటర్నెట్ లో నేను మనుషులను గురించి మాట్లాడను. ఇది అందరికీ తెలిసిన విషయమేనంటూ ఎందఱో వ్యాఖ్యాతలు తమ తెలివితేటలు ప్రదర్శించటానికి ప్రయత్నిస్తూ ఉంటారు. ప్రపంచంలో నిజంగా పెద్దలు అలా ఆలోచించరు. మహమ్మద్ ఆలి ఒకసారి అన్నారు:

> *"ప్రమాణాలు పునశ్చరణ చేయటమే నమ్మకానికి దారి తీస్తుంది.*
> *ఆ నమ్మకం దృఢపడినప్పుడు కలలు పండటం మొదలవుతుంది."*

మీరు ప్రాధమిక మూలాలు పునశ్చరణ చేసినప్పుడు మీరు ఘనులు కావటమే కాక, ఘనులుగా ఉండిపోతారు. ఉన్నతస్థాయి ప్రదర్శకులకు ఎదురయ్యే పెద్దసవాలు ఇదే. నేను నా జీవితంలో అనేక విషయాల ప్రాధమిక మూలాలు పునశ్చరణ చేస్తూ ఉంటాను: ఫిట్నెస్, వేదాంతం, దయార్ద్రత, వ్యాపారము, రచనా వ్యాసంగం. ఉదాహరణకు నా మనసుకు వ్యాయామం కల్పించటానికి నా అభిమాన విషయం వైరాగ్యం గురించిన పుస్తకాలు చదువుతాను. సరళము, ప్రభావశాలి అయిన రచన కొనసాగించటానికి, స్ట్రంక్ ఇ వైట్ రచన "ది ఎలిమెంట్స్ ఆఫ్ స్టైల్" క్రమం తప్పకుండా చదువుతాను.

ఇవి పునరావృతం చేయకపోతే నేను నా జీవితతత్త్వం మర్చిపోతాను. మంచివ్యాసాలు ఎలా వ్రాయాలో కూడా మర్చిపోతాను. మన మెదడు పనిచేసే విధానం అది. పునశ్చరణ లేకపోతే మనం త్వరగా విషయాలు మర్చిపోతాం. నన్ను నేను ఎప్పుడూ ఆరంభకుడుగానే చూసుకుంటాను. నా శ్రేయోభిలాషి, ఉపదేశకుల దగ్గర నేను నేర్చుకున్న ముఖ్యమైన తొలిపాఠాలలో అది ఒకటి. ఆయన ప్రస్తుతం ఎనిమిదవ దశకంలో ఉన్నారు. ఇప్పటికీ ఆయన తనను తాను జీవితంలో విద్యార్థిగానే పరిగణిస్తారు.

వ్యాపారంలో నా దృక్పథం అదే. నేను నిరంతరమూ వ్యాపారం ప్రయోజనం ఏమిటి?" ప్రశ్న కు సమాధానం వెతుకుతాను. "ధన సంపాదన" అని మీ సమాధానం అయితే మీరు ప్రాధమిక మూలాలు పునశ్చరణ చేయవలసిన అవసరం ఎంతైనా ఉన్నది.

చాలా సరళమైన విషయం: మీ రంగంలో ప్రాధమికమూలాలు ఏమిటో తెలుసుకోండి. వాటిని పునశ్చరణ చేయండి. సహజంగా, సరళంగా చేయండి. చెడ్డపనులు, తప్పుపనులు, విముఖ విషయాలు పునరావృతం చేయటాన్ని మించిన వృధాకాలయాపన మరొకటి లేదు. మీరు గుర్తు పెట్టుకోవలసింది అదొక్కటే. జీవితంలో స్వయంగా సఫలత సాధించనివారి సలహా తీసుకోకండి.

ఘనులు అవండి. ఘనులుగా ఉండండి.

మీరు చాలా తెలివైనవారు, చురుకైనవారు, స్వయంశిక్షణ గలవారు, నమ్రత గలవారు కావచ్చు. కాని మీరు అలా కొనసాగలేకపోతే, ప్రయోజన మేమిటి? సఫలత సాధించి ఆ సఫలతను దుర్వినియోగం చేసినవారెందరు? ఒకనాటి అద్భుతాలు ఎందరు లేరు? నిజమైన ఘనులే నిలకడగా ఉండగలరు.

మీరు కూడా ఇక్కడ ఉండదలిస్తే, పునశ్చరణ శక్తిని తక్కువగా అంచనా వేయకండి. మీరు తెలివైనవారని, గమ్యం చేరుకున్నారని ఎన్నడూ తలచకండి. ఆ మనస్తత్వమే మిమ్మల్ని ఘనులుగా ఉంచుతుంది.

జీవితం విలువ

అంకెలు - అమ్మకాల వెరసి, లాభాలు, ఖర్చులు, ఉద్యోగస్తుల మథనం వగైరా -చూసి మీరు ఒక వ్యాపారం వెల కట్టవచ్చు. కాని మీ జీవితం ఎలా వెలకట్టగలరు? మీ జీవితం వెలకట్టటానికి సర్వసామాన్యమైన కొలతలు ఏమీ లేవు. కనుక తాము జీవితంలో ఎక్కడ ఉన్నారని అంచనా వేయటానికి తగిన పద్ధతి ఎవరికివారు నిర్ణయించుకోవాలి. కొంతమంది తమ సహోద్యోగుల సంపాదనతో తమ సంపాదన పోల్చి చూసుకుంటారు. మరికొందరు సంస్థలో ఎంత స్థాయికి ఎదిగారో గమనిస్తారు. ఇంకా కొందరు తమ చూపులనుబట్టి అంచనా వేస్తారు.

సమకాలీనులైన ఆలోచనా యోధులను కొందరిని నేను అధ్యయనం చేశాను. వారు తమ జీవితాలు ఎలా వెలకడతారో చూశాను. సమాధానం ఆశ్చర్యకరం. సఫలత సాధించిన మహానుభావులు తమ జీవితాన్ని బ్యాంక్ ఎకౌంట్లవంటి సాంప్రదాయక కొలతలతో కొలవరు. సమాజం దృష్టిలో సఫలత సాధించిన పెద్దలు మూడు విషయాలు గమనిస్తారు:

1. శక్తి
2. కృషి
3. బాంధవ్యాలు

నేను ఈ మూడుఅంశాలు మెరుగు పరచటానికి ప్రయోగాలు చేశాను. ఆ మూడూ ఒకదానికొకటి దృఢంగా ముడిపడి ఉన్నాయని తెలుసుకున్నాను. నా

శక్తి సంపన్నంగా ఉన్నపుడు నా మానసిక స్థితి బాగుంటుంది. మానసిక స్థితి బాగున్నపుడు నేను బాగా పనిచేస్తాను. నేను బాగా పనిచేసినపుడు నాకు ఉల్లాసం కలుగుతుంది. నాకు ఉల్లాసంగా, తృప్తిగా ఉన్నపుడు నా జీవితంలో వ్యక్తులతో నేను ఆ ఆనందాన్ని పంచుకోగలను. తద్వారా మా బాంధవ్యాలు మెరుగు పడతాయి. మంచి జీవితం వెనక రహస్యం ఏమిటి? మంచి బాంధవ్యాలు. హార్వర్డ్ బిజినెస్ స్కూల్ ఆచార్యులు క్లేటన్ ఎం. క్రిస్టెన్సెన్ "హౌ విల్ యు మెజర్ యువర్ లైఫ్" అనే పుస్తకం వ్రాశారు. అందులో ఆయన అంటారు:

> *"కుటుంబంతో, స్నేహితులతో మన బాంధవ్యమే మన చిరకాల ఆనందానికి ఏకైక మూలసూత్రం."*

బాంధవ్యము అంటే ఇక్కడ సంఖ్యకంటే నాణ్యత ముఖ్యం. సామాజిక మాధ్యమాల ప్రభావంతో వెలుగుతున్న వారిని ఎంచుకోవటం చాల సులువు. కాని నా ఉద్దేశంలో, మీకు ఎంతమంది ఆన్ లైన్ స్నేహితులు ఉన్నారన్న విషయం ఎవరికీ అక్కర్లేదు.

నిజమైన బాంధవ్యం ఎదగటానికి, దృఢపడటానికి కొంతకాలం పడుతుంది. ఆ బాంధవ్యాలు అవ్యాజం. బేషరతులు. వారు తమ అభిప్రాయాలు మార్చుకోనంత కాలం, బరువు పెరగనంతకాలం మనం కొందరిని ప్రేమిస్తాం. లేదా మనతో కలిసి తిరిగి, బీర్ తాగటానికి మనతో వచ్చినంత కాలం స్నేహితులను పలకరిస్తాం.

నియమ బద్ధమైన ఈ బాంధవ్యాలు నిరర్ధకాలు. నిజమైన స్నేహితాలు, బాంధవ్యాలు అంతకంటే బలీయమైనవి. మీరు ప్రేమించే మనుషులకు మీరు సర్వకాల సర్వావస్థలలోనూ తోడునీడగా ఉంటారు. జీవితంలో సంపద అదే.

1. శక్తికి కొలమానం

శక్తి కొలవటం సులభం. మీరు చేయవలసిందల్లా, శారీరకంగా మీరు ఎలా అనుభూతి చెందుతున్నారో చూడటమే. ఇటీవల నేను ప్రత్యేకంగా ఆ విషయాన్ని గురించి వ్రాశాను. మీ శక్తి పెంచుకోవటానికి మార్గాలు మీరు

కనుక్కోవాలి. మిమ్మల్ని మీరు ఒక ప్రశ్న అడగటంతో ఇది మొదలు పెట్టవచ్చు. నా శక్తి పెరగటానికి నేను చేయగలిగిన చిన్న పని ఏమిటి? ప్రతి ఒక్కరికీ వర్తించే అంశాలు ఇవి:

1. **ప్రతిరోజూ వ్యాయామం** – నేను వారానికి నాలుగు సార్లు బరువులు ఎత్తే వ్యాయామం చేస్తాను. విరామంతో కూడిన పరుగులు రెండు చేస్తాను. వ్యాయామం చేయని రోజున కనీసం 30 నిమిషాలు చకచక నడుస్తాను.
2. **మంచి ఆహారం** – నేను ప్రత్యేకించి ఒక పద్ధతి అనుసరించను. వంటికి మంచిది కావని చెప్పిన మాంసము, బ్రెడ్, పాస్తా, ఇంకా ఇతర పదార్థాలు తింటాను. కాని నాకు మంచి అనుభూతి కలుగుతుంది. ప్రాసెస్ చేసిన పదార్థాలు నేను తినను. చక్కెర చాలా తక్కువ తింటాను (నాకు చాక్లెట్ అంటే ఇష్టం). నేను ఖర్చు చేసే/ కరిగించే కాలరీలకంటే ఎక్కువ స్వాహా చేయను.

సమీకరణంలో అది ఒక భాగం. ఆ రెండూ ప్రతిరోజూ చేస్తే నాకు చాలా ఉత్సాహంగా ఉంటుంది. నా శక్తికూడా బాగుంటుంది. నేను వ్యాయామం చేయకపోయినా, అనారోగ్యకరంగా తిన్నా నాకు శక్తి ఉడిగినట్లు ఉంటుంది. నీరసం పుడుతుంది. అందువల్లనే ఇది పనిచేస్తుందని నాకు తెలుసు. వ్యాయామం చేయటం వల్ల,మితంగా తినటంవల్ల మీ శక్తి సులువుగా మెరుగు పరుచుకోవచ్చు.

2. పని కొలత:

పనివిషయంలోకి వస్తే నేను ఆదాయము, పదవులు, ఇంకా అటువంటి సాధారణ కొలతలవైపు చూడను. అందుకు బదులు నేను ఇంకా ఎంత నేర్చుకోగలనా అని చూస్తాను. నేర్చుకోవటం మీరు అంతాపూర్తి చేశారా? మీరు నేర్చుకోవలసింది ఇంక ఏమీ లేదా? నేను ఆదాయం కాక నేర్చుకోవటం ఎందుకు చూస్తాను? ఎందుకంటే అదే ముఖ్యం. "హౌ విల్ యు మెజర్ యువర్ లైఫ్" లో క్రిస్టెన్ సెన్ చక్కగా చెబుతారు:

"నిజంగా ఆనందం తెలుసుకోవాలంటే మీరు సార్థకమని నమ్మే అవకాశాలకోసం వేటాడుతూ ఉండాలి. అప్పుడు మీరు కొత్త విషయాలు నేర్చుకో గలుగుతారు. సఫలత సాధించ గలుగుతారు, గురుతర బాధ్యతలు మిమ్మల్ని వరిస్తాయి."

జీవనోపాధిలోను, జీవితంలోను సఫలత మీ శిక్షణకు అనులోమానుపాతంలో ఉంటుంది. అంతకంటే ముఖ్యంగా మీరు ఎంతవరకు నేర్చుకుంటూ కొనసాగుతారు అన్నది ముఖ్యం. విద్యకు అంతం అంటూ లేదు. మీ ఆదాయంకూడా మీ పాండిత్యానికి,ప్రతిభకు అనులోమానుపాతంలో ఉంటుంది. మీరు ఎంత నేర్చుకుంటే అంత ఎక్కువ సంపాదిస్తారు. అది సత్యం. ఈ ప్రకటనకు పరిమితులు ఉన్నాయనుకోండి. ఆ విద్యను, పాండిత్యాన్ని అమలులో పెట్టటం అవసరం.

తమ సంభావ్య శక్తిని వృథా చేసిన మేధావులను గురించి మనం అందరమూ విని ఉంటాం. సఫలత సాధించాలంటే మీ విజ్ఞానానికి, పాండిత్యానికి క్రియారూపం కలిగించాలి. ఆచరణయోగ్యం కాని విద్యకు ప్రయోజనం లేదు. కాని మామూలుగా చెబితే, మీ విజ్ఞానం, పాండిత్యం పెరిగినకొద్దీ మీరు మీ సంస్థకు, మీ సహోద్యోగులకు, ఖాతాదారులకు కూడా తోడ్పడగలరు. ఆ తోడ్పాటే ఆదాయం రూపంలో తిరిగి వస్తుంది.

3. బాంధవ్యాల కొలత

ఇతరుల జీవితాలకు మీరు తోడ్పడినకొద్దీ మీ బాంధవ్యాలు దృఢమవుతాయని మీరు గ్రహిస్తారు. ఆ చివరి అంశం జీవిత వృత్తాన్ని పూర్తిచేస్తుంది. మీ బాంధవ్యాలు కొలత వేస్తున్నపుడు, మీకు మాత్రమే పరిమితం చేసుకోండి. మనం అందరమూ సాధారణంగాచేసే పెద్దతప్పు చెయ్యకండి: ఇతరులు మనకు ఏమి చేశారా అని చూస్తాం. లేకపోతే మన జమాఖర్చులు వేయటం మొదలు పెడతాం.

"జనం మిమ్మల్ని ఎలా ఆదరిస్తారనేది వారి కర్మ మీరు ఎలా ప్రతిస్పందిస్తారనేది మీ కర్మ." అంటారు కీర్తిశేషులు వెన్ డయర్.

ఇతరులు మిమ్మల్ని ఎలా ఆదరిస్తున్నారా అని చూడక మీరు మీ బాంధవ్యాలలో ఎంత సమయము, శక్తి వెచ్చిస్తున్నారో వెలకట్టండి. అది ఒక్కటే మీ అదుపులో ఉన్నది. మీకు కావలసిన వారితో మీరు కాలక్షేపం చేస్తే, బాంధవ్యాలు మెరుగుపడతాయని నా అనుభవం చెబుతుంది. అపుడుకూడా బాంధవ్యాలు మెరుగు పడక పోతే ఆ బాన్ధవ్యంలో ఏదో లొసుగు ఉన్నది. మనం దానికి దూరం కావాలి. ఇక్కడ గుణపాఠం ఏమిటంటే, మనం అదుపు చేయగలిగిన వాటిమీదనే మన మనసు లగ్నం చేయాలి.

మన శక్తి, పనిలో మన ప్రయత్నం, బాంధవ్యాలలో మన పెట్టుబడి – ఇవన్నీ మన అదుపులో ఉన్న విషయాలు. విశ్వవ్యాప్తంగా వేదాంతులు యుగయుగాలుగా మనకు చెబుతూ వస్తున్న ముఖ్యపాఠాలు ఇవే.

మీ జీవితం పరిశీలించండి. మీ అనుభూతి ఎలా ఉన్నదో అంచనా వేయండి. ఇప్పుడు మీరు చేయవలసిందల్ల దానిని మెరుగు పరచటమే.

మీరు అమరులు అన్నట్లు జీవించండి

తృప్తికరమైన జీవితం నుంచి తప్పుకోవటానికి యౌవనం ఒక సాకుగా చూపవచ్చునని నా తోటివారందరి అభిప్రాయంగా తోస్తున్నది. ఈ సాకుల వెనక నక్కి ఉండేది ఈయువతరం ఒక్కటే కాదు. మనం అందరమూ ఆ పనిచేస్తూ ఉంటాం. జీవితంలో బాధ్యతలు తలకెత్తుకోవటం భయపెట్టే భారమైన పని. అవకాడో తో టోస్ట్ తింటూ కూర్చోవటం సుఖమైనపని. ఇంకా సుఖమైన పనులు ఏమిటో తెలుసా?

- మీరు గర్వించ దగిన వృత్తి/ఉద్యోగం పట్టుకొని పైకి ఎదగటం
- ఎదటివారి జీవితాలకు తోడ్పడటం
- ఉపయోగకరమైన వస్తువు, సేవ సృష్టించటం
- మీ ఉద్యోగవిరమణ సమయానికి డబ్బు పెట్టుబడి పెట్టటం

"నిజమే, కాని నేను ఇంకా చిన్నవాడినేగా!"

"రేపు అనేది ఉన్నదిగదా!" ఈ దాగుడు మూతలు ఆపండి. దేనికోసం నిరీక్షిస్తున్నారు? జీవితంలో తృప్తి అనుభూతి చెందని వారందరికీ నాదొక విన్నపం:

అమరులలాగా జీవించట మొదలు పెట్టండి

ఆమాట వింతగా, విపరీతంగా ధ్వనిస్తుందని నాకు తెలుసు. రెండు నిమిషాలు ఓపిక పట్టండి. వివరిస్తాను. జీవితం శాశ్వతం కాదని సామాన్య వివేచన చెబుతుంది కదా!

- జీవితం నశ్వరం
- ఒకసారి మాత్రమే
- ఈ క్షణం జీవించండి!

అవన్నీ నిజమే! నేను ఒప్పుకుంటాను. కాని మీరు ఆ తత్వాన్ననుసరించి జీవిస్తే, ప్రతిఫలం కలగటానికి చాలాకాలం పట్టేట్లయితే, ఏమీ చేయనవసరం లేదు. జీవితం కొద్దికాలమే ననుకుంటే కష్టమయిన పనులు చేపట్టటం ఎందుకు? అందులో అర్థం పరమార్థం లేదు. ఆ దృక్పథంలో మీ డబ్బు ఖర్చు చేయటం, ప్రతివారమూ విహారాలకు వెళ్ళటం, తాగ గలిగినంత తాగటం, జల్సాగా జీవించటం మేలని పిస్తుంది.

"అది ఎక్కడికి చేరుస్తుంది?" అని ప్రశ్నించుకోండి.

ఆ ప్రశ్నకు సమాధానం చెప్పటానికి శాస్త్రవేత్తలు అక్కర్లేదు.

"శూన్యం లోకి." అని సమాధానం. జీవితానికి ఇక్కడ మరొక దృక్పథం కూడా ఉన్నది: మీరు శాశ్వతంగా ఇక్కడే ఉంటారు.

ఆలోచించండి. మీరు ఎన్నటికీ చనిపోరు అని చెబితే మీరు ఎలా జీవిస్తారు? నేను ఆత్మపరిశీలన చేసుకుంటే, నేను ఎప్పుడైనా సరే చనిపోవచ్చు నన్నట్లు బతికేవాడిని. నా సొమ్ము అంతా బట్టలు, పరికరాలు, శలవుల మీద ఖర్చు చేసేవాడిని. అంతేకాదు, నేను ఎప్పుడూ తొందరలో ఉండేవాడిని. జీవితంలో ఎన్నో – అదీ త్వరత్వరగా – సాధించాలనుకునేవాడిని.

ఒకే సమయంలో అనేక విషయాలవెంట – కుక్క కంటికికనపడిన ప్రతి దానివెంట పరుగులు తీసినట్లు – పరుగులుతీసే వాడిని. మెరుస్తూ కనపడిన ప్రతిదానివెంటా పరుగులు తీశాను. గుడ్డివేటుగా నాకు వచ్చే ఆలోచనల వెంట పరుగులు తీశాను. కాని, ఇటీవల నా మనసు మార్చుకున్నాను. అది "నేను అమరుడిని అయితే?" అన్న ఆలోచన. అమరత్వం అంటే కొద్దిగాకాదు బాగా అతిశయోక్తిగా ధ్వనిస్తుంది. కాని నన్ను నమ్మండి. నేను అంత ఊహాలోకంలో తేలిపోవటం లేదు. కొంచెం అలంకారయుక్తంగా చెబుతున్నాను. మార్కస్ ఒరీలియాస్ ధ్యానాలు చదువుతున్నపుడు మొదటిసారి నాకు ఈ ఆలోచన కలిగింది.

"మీరు మరణించినట్లు భావించండి. మీ జీవితం జీవించారు. మిగిలిన జీవితం చేతికి తీసుకుని సవ్యంగా జీవించండి."

ముఖ్యంగా నేను ఆ చివరిభాగం గురించి మాట్లాడుతున్నాను: సవ్యంగా జీవించండి. దాని అర్ధమేమిటి ? ప్రతి ఒక్కరికీ వేరువేరు దృక్పథం ఉంటుందని నా ఉద్దేశం. నామటుకు నాకు సవ్యంగా జీవించటమంటే, జీవితంలో నేను తృప్తి పడ్డానని అర్ధం. అద్దంలో చూసుకుని "నా జీవితం నాకు నచ్చింది."అని నిజాయితీగా చెప్పుకో గలగటం. ప్రస్తుత క్షణంలో జీవించినప్పుడు నాకు నిజంగా తృప్తి కలిగిందా? లేదు. నిజానికి అలా జరగలేదు. నాకు ఒక ఉద్యోగం లేదు. ఇల్లూ వాకిలి లేదు. గర్వంగా చెప్పుకోవటానికి నాది అంటూ ఏమీ లేదు. అలా ఎందుకు జరిగింది? నేను కేవలం ప్రస్తుత క్షణం మీదనే మనసు కేంద్రీకరించాను. అన్నీ త్వరత్వరగా జరగాలని నా ఆత్రం.

"మీకు తెలిసే లోపల మీరు చచ్చి పడి ఉంటారు." ఆ మనస్తత్వంతో మొదలు పెట్టటం బాగానే ఉంటుంది. ఎవరిననైనా పిర్రమీద వాయించి, వాళ్ళు చనిపోబోతున్నారని చెప్పటం మాయచేస్తుంది. అద్భుతంగా పనిచేస్తుంది. కాని, జీవితం బాగుచేయాలంటే మాత్రం ఆ ఆలోచన పనికిరాదు. వర్తమానంలో ఉండటం మంచిదే. కాని అదికూడా మిగాతావాటిలాగానే మితిమీరకూడదు.

కనుకనే అమరుడిలాగా జీవించటం నాకు ఇష్టం. మీరు శాశ్వతంగా జీవిస్తే...

- ఏదైనా చేయటానికి మీకు కావలసినంత సమయం చేత ఉంటుంది.
- మీరు తప్పులు చేయవచ్చు, తద్వారా నేర్చుకోవచ్చు
- త్వరగా చెయ్యాలనే ఒత్తిడి ఉండదు
- ఎదటివారు కూడా శాశ్వతంగా మీతో ఉండబోతున్నారు కనుక మీరు వారిని ఆదరిస్తారు

నా మనస్తత్వంలో ఈ చిన్న మెలిక వల్ల జీవితం పట్ల నా దృక్పథమే మారి పోయింది. రాబోయే 10, 20 సంవత్సరాలలో జరగబోయేది ఊహించటానికి ఇప్పుడు నేను భయపడను. ఆ ధైర్యంతో ఈనాడు నా నిర్ణయాలు మెరుగుగా

ఉంటాయి. ఉదాహరణకు ఖర్చు పెట్టటానికి బదులు నేను సొమ్ము ఆదాచేస్తాను. భవిష్యత్తులో అది "డారియస్" ను ఆదుకుంటుందని తెలుసు.

"మరి ప్రస్తుతం మాటేమిటిడారియస్?"

తృప్తి పడటాన్ని గురించి ఇంతకు మునుపు చెప్పాను, గుర్తు ఉన్నదా? చిత్రం ఏమిటంటే, డబ్బు ఆదా చేసినప్పుడు నాకు తృప్తి కలుగుతుంది. ఆరోగ్యకరమైన ఆహారం తిన్నపుడు, వ్యాయామం చేసినపుడు నాకు తృప్తి కలుగుతుంది.

ఈ భావాన్ని గురించి ఆలోచించినపుడు, అది ఎంత చక్కగా పనిచేస్తుందో తలుచుకుంటే ఆశ్చర్యం వేస్తుంది. మనం అందరమూ ఏనాడో ఒకనాడు చనిపోతామని మన అందరికీ తెలుసు (ఆ విషయం మీద ఇటీవల నేను ఒక వ్యాసం కూడా వ్రాశాను). అందులో మంచీ, చెడూ రెండూ చేరి ఉన్నాయి.

- మనలను తొందర పెడుతుంది కనుక అది మంచిది.
- అసలు విషయం విస్మరిస్తాం కనుక అది చెడ్డది.

మీరు ఎలా జీవిస్తున్నారు? మర్త్యుల లాగానా, అమరుల లాగానా? ఏదైనా ఫర్వాలేదు. మీరు మీ జీవితంతో తృప్తిపడి ఉండటం ముఖ్యం. ఎందుకంటే చివరికి ముఖ్యమైనది అదే.

చక్రవృద్ధి శక్తి: అన్నిటిలో వేలు పెట్టకుండా ఉంటే మీరు ఏదైనా సాధించ గలరు

మీకు మీ లక్ష్యాలు, కోరికలు, అవసరాల జాబితా ఏమైనా ఉన్నదా? మీకు ఇంకా నేర్చుకోవాలని ఉన్నదా? ఇంకా సంపాదించాలని ఉన్నదా? మీ నైపుణ్యాలకు సానపట్టాలని ఉన్నదా? బాంధవ్యాల మాధుర్యం ఆస్వాదించాలని ఉన్నదా? మేలైన జీవనం కావాలా?

అవన్నీ మంచివే. జీవితం అంటే పురోగమనం, నిత్యనిరంతర అభివృద్ధి. కాని ఈ పనిచేయటానికీ, త్వరపడటానికీ, ప్రయాస పడటానికి, సాధించటానికి సంబంధించినది ఇంకొకటి ఉన్నది. మీరు ఒకేసమయంలో అన్ని పనులూ చేయలేరు.

అది కేవలం లోకజ్ఞానం. కదా! మీ శక్తి, సమయము కొంతవరకే. మితిమించిన పనులు తలపెడితే, దేనికీ సమయం చాలక అన్నీ అసంపూర్తిగా మిగిలి పోతాయి. దానికి బదులు మీ శక్తిసామర్థ్యాలన్నీ ఒకే పనిమీద కేంద్రీకరిస్తే ఫలితం లభిస్తుంది.

సఫలత మిక్కుటమవుతుంది

ఒక సమయంలో ఒకే పనిమీద మనసు లగ్నం చేస్తే, అసలైన సఫలత దక్కుతుంది.హైస్కూల్ లో ఉన్నపుడు నాకు అనుభవం మొదటిసారిగా

కనువిప్పు కలిగించింది. నా ఫైనల్ పరీక్షలకు తయారు అవుతున్నప్పుడు ఒకసారి ఒక సబ్జెక్ట్ మాత్రమే చదవాలని నిర్ణయించుకున్నాను. ఇది పూర్తిగా బుర్రకెక్కిన తర్వాతనే మరొక సబ్జెక్ట్ కు కదిలాను. ఒకే సబ్జెక్ట్ లో పూర్తిగా నిమగ్నం అయితే కొద్దిరోజులలో నేను అది వేగంగా నేర్చుకున్నానని గమనించాను. నా సహాధ్యాయులు చాలామంది రోజులో అన్ని సబ్జెక్ట్ లూ చదివేవారు. ఆ పద్ధతి నాకు నచ్చదు. అది అన్నీ వెదజల్లినట్లు ఉంటుంది.

వృత్తి పరంగా నేను ఏదైనా ప్రాజెక్ట్ మీద పనిచేస్తూ ఉంటే మరొకటి ముట్టుకోను. నా బ్లాగ్ కోసం నేను కొత్త పాఠ్యక్రమం తయారు చేస్తూంటే ఆ సమయంలో నేను పుస్తకం వ్రాసేపని పెట్టుకోను. ఆ పద్ధతివల్ల నేను చేసేపని త్వరగా జరుగుతుంది, మేలుగా జరుగుతుంది. కనుక నా మనసు ఒకేవిషయంమీద లగ్నం చేస్తే, నేను మామూలుకంటే ఎక్కువ సాధించగలను.

గారీ కెల్లర్, జే పాపశాన్ కలిసి "ది థింగ్" అనే పుస్తకం వ్రాశారు. అది చాలా మంచి పుస్తకం. అందులో వారు ఈ విషయమే ప్రస్తావిస్తారు.

> *"నాకు ఘనమైన సఫలత కలిగిన సమయాలలో నా మనసు ఒకే విషయంమీద లగ్నంచేసి ఉంచాను. సఫలత పలచబడిన సమయాలలో నా ఏకాగ్రత కూడా పలచబడింది."*

మీరు అనేక విషయాలమీద కృషి చేస్తున్నారా? మీ మనసు ఒక విషయం మీద లగ్నం అయి లేదా? అయితే మీ ఫలితాలు ఉత్తమంగా ఉండకపోవచ్చు. మరొక అడుగు ముందుకువేసి చెబితే, సమకాలీనంగా మీరు ఒకటికి మించి పనులు చేపడితే, మీరు వైఫల్యం దిశగా నడుస్తున్నారు. అందుకు కారణం చాలా సరళం: సఫలత అంతా ఒక్కసారే హటాత్తుగా కలుగుతుందని మన అందరి నమ్మకం. యదార్థం ఇందుకు భిన్నం. ఆ విషయమే కెల్లర్, పాపశాన్ చక్కగా చెప్పారు:

> *"సఫలత ఒక క్రమం అనుసరిస్తుంది. అంతా సమకాలీనం కాదు."*

వస్తువులు, సంఘటనలు ఒకదానికొకటి తోడవుతాయి. మీరు ఒక విద్య నేర్చుకుంటారు. ఆ తర్వాత మరొకటి. అప్పుడు మరొకటి. కాల క్రమేణ మీరు చెప్పుకోదగిన సమర్ధత సాధిస్తారు.

ముఖ్యంగా డబ్బు విషయంలో ఇది కటిక నిజం. డబ్బు సంపాదించిన పెద్దలందరూ అది కాలక్రమేణ సంపాదించారు. హఠాత్తుగా, ఆకస్మికంగా ధనవంతులయ్యేవారు బహుకొద్దిమంది. కోనార్ మెక్ గ్రెగర్, ఇవాన్ స్పీగేల్స లను మర్చిపోండి. వాళ్ళ జీవితానికి సరిపడా జాక్ పాట్ కొట్టారు. జీవితంలో సఫలత సాధించటానికి ప్రత్యేక సమర్ధత, నైపుణ్యాలు ఏమీ అవసరం లేదు. మీరు మీ బాటన నడుస్తూ లక్ష్యాలు ఒకదాని తర్వాత మరొకటి సాధిస్తూ ఉంటే, అడుగడుగునా సొమ్ము కూడబెడుతూ సాగితే, మీ జీవనం ఆనందమయం అవుతుంది. అది చాలా సరళం. సర్వదా ఫలిస్తుంది. అది ఫలించదని చెప్పేవారు తమ జీవితంలో అమలు జరపటానికి తగిన సహనం కూడగట్టుకోలేదు.

నా ఉపదేశకులలో ఒకరికి మిలియన్లు విలువ చేసే ఆస్తులు డజన్ల కొద్దీ ఉన్నాయి. ఆయన ఆ సంపద అంతా కాలక్రమేణ సంపాదించారు. ప్రస్తుతం ఆయన ఏడవ దశకంలో ఉన్నారు. ఏదైనా పని జరగాలంటే దానికి కొంత సమయం పడుతుంది. చక్రవృద్ధికి సహనం జోడిస్తే మీరు ఘనాతిఘనమైన సఫలత సాధిస్తారు. ఇవేమీ అసాధారణ విషయాలు కావు. 2020 ఒలింపిక్స్ లో మీకు స్వర్ణపతకం వాగ్దానం చేయటం లేదు, మీరు మరొక జుకేర్ బర్గ్ కాబోతున్నారనీ చెప్పటం లేదు.డబ్బు ఆదా చేయటం, నైపుణ్యాలు సానపెట్టటం, సంపద సృష్టించటం – ఇవి ప్రతి ఒక్కరూ చేయగలిగిన పనులే.

చిరకాల చక్రవృద్ధి ప్రభావం

ఇది సస్యసంపన్నమైన ఉదాహరణ. అయినా కూడా, వారెన్ బుఫేను ఉదాహరణగా తీసుకోండి. కాలక్రమంలో ఆయన సంపద సృష్టించిన విధానం ఇదీ.

కేవలం అంకెలు చూడకండి. సాపేక్ష వృద్ధి గమనించండి. 32 – 44 ఏళ్ల వయసు మధ్య ఆయన తన సంపద 1257 శాతం పెంచారు. 12 ఏళ్లలో అది అత్యద్భుతమైన వృద్ధి కదా! ముఖ్యంగా 40 లో ప్రవేశించిన తర్వాత ఆయన

చాల ధనం కోల్పోయారు. ఇక్కడ విషయం అదికాదు. 44 – 56 వయసు మధ్య ఆయన సంపద 7268 శాతం పెరిగింది. అప్పుడు అది ఆయన నికర విలువ. ఈ అంకెలలో అదృష్టంకూడా జోడించి ఉన్నది.

అదీ కాక ఆయన నికర విలువ స్టాక్స్ మీద ఆధారపడి ఉన్నది. అంటే అది ఎప్పుడైనా గాలిలో కలిసి పోవచ్చు. ఇక్కడ విషయం ఏమిటంటే ఈ అభివృద్ధి అంతా కాలక్రమాన జరిగింది.

ఇంకొక విషయం: తన సంపదలో 99 శాతం బుఫే 50 ఏళ్ళవయసు దాటిన తర్వాత సంపాదించారు. ఇరవై, ముప్పై, నలభై ఏళ్ళు దాటని మూర్ఖులు (వారిలో నేనుకూడా ఉన్నాను) అందరూ తమ వృత్తి జీవితం మందకొడిగా ముందుకు సాగుతున్నదని నీలుగుతారు. అది ఒళ్ళు బలిసిన మూర్ఖత్వం. ఇది మీ దృక్పథం చక్కదిద్దటానికి సాయపడుతుంది.

ఇంటర్నెట్ లో వారెన్ బుఫే ను గురించి నానా చెత్త కుప్పలు తెప్పలుగా దర్శన మిస్తుంది. స్టాక్ మార్కెట్ లో పెట్టుబడిపెట్టి మీరు సంపన్నులు కావచ్చునని చాలామంది పెద్దలు నటిస్తారు. మీరు చేయవలసిందల్లా వారి శిక్షణా పథకం కొనటమే. అందులో సంపద సంపాదించటానికి రహస్యాలన్నీ దాగి ఉన్నాయని వారి వ్యాజం. అవును అదీ సంగతి. కాని యదార్థానికి అలా జరగదు. స్టాక్స్ అంటేనే నాకు ఏవగింపు. సామాన్యులు వాల్ స్ట్రీట్ కు దూరంగా ఉండాలని నా అభిప్రాయం. నేను రియల్ ఎస్టేట్ వైపు మొగ్గుతాను. ఏతావాతా కాలక్రమేణ కలిగే సఫలతకు వారెన్ బుఫే పరిపూర్ణ ఉదాహరణ. కాలక్రమేణ పెరిగే చిన్నచిన్న చర్యలతో మీరు ఘనమైన సఫలత సాధించవచ్చు.

ఇక్కడ డబ్బు ఒక్కటే కాదు. నైపుణ్యాలు, ఆరోగ్యము, బాంధవ్యాలు అన్నిటికీ ఈ సూత్రం వర్తిస్తుంది. మీరు ఒకరోజు, ఒక నెల, కాకపోతే ఒక సంవత్సరంలో దృఢమైన శరీరం పెంచలేరు. అందుకు సంవత్సరాల తరబడి నిరంతర శ్రమ కావాలి. మీరు ఎంత తెలివిగా కృషి చేసినా, ఇక్కడ అడ్డదారులు అంటూ ఏమీ లేవు. ఉదాహరణకు 28 ఏళ్ల లోపు సైక్లిస్టులు ఎవరూ టూర్ ది ఫ్రాన్స్ వంటి పెద్ద రేసులు గెలవరు. ఎందుకంటే దానికి కావలసిన శ్టామినా, శక్తి, గెలవటానికి తగిన మనస్తత్వము అలవలరుచుకోవటానికి సంవత్సరాల తరబడి శ్రమ కావాలి.

మీరు జీవితంలో చక్రవృద్ధి ప్రభావం రుచిచూడ దలుచుకుంటే (జీవితంలో ఏ అంశం అయినా సరే) మీరు ఒకసారి ఒక విషయం మీద మాత్రమే మనసు లగ్నం చేయాలి. సదా సంపూర్ణ పరిస్థితిమీద దృష్టి ఉంచాలి. ఏతావాతా మీరు కృషి కొనసాగిస్తే, గమ్యం చేరుకుంటారు. అందుకు 20 సంవత్సరాలు పడితే ఏమి? అది జరుగుతుంది. మీరు గమ్యం చేరుతారు కదా! కావలసింది అదే కదా!

తాజాకలం

గత మూడు సంవత్సరాలుగా నా వ్యాసాలు చదువుతూ, తప్పులు దిద్దుతూ గంటలకొద్దీ సమయం గడిపాను. అందువల్ల నా వ్రాతలో చాలా వైరుధ్యం ఉన్నదని గమనించాను. అది గమనించి నాకు చాలా సంతోషం వేసింది. తను చెప్పింది కాదననివాడు ఒక మూర్ఖుడు.

జీవితం అంటే మీకు ఏమి తెలుసునని కాదు. మీకు ఏమి తెలియదు అని. మనకు తెలిసింది ఎన్నటికీ చాలదు. అది మన ఇద్దరికీ శుభవార్త. అంటే ఆఖరుక్షణం వరకూ మనం నేర్చుకుంటూ ఉండవచ్చు.

నేను గమనించిన మరొక విషయం ఏమిటంటే నేను వ్రాసిన కొన్ని విషయాలు నేనే మర్చిపోతూ ఉంటాను. "అది నేను వ్రాశానా?" అంటే నా రచనను తలుచుకుని నేను సంతోషిస్తున్నానని కాదు. అందుకు ఇది చాలా దూరం. మనం ఎంత జ్ఞానం మర్చిపోతున్నామా అని నా ఆశ్చర్యం. ఈ మానవలోపం నారు తెలుసునన్నదే ఇక్కడ శుభవార్త. మనం బాగా చదువుతాం కనుక మనకు చాలా తెలుసునని మన ఉద్దేశం. కాని వాస్తవానికి మనం గుర్తు ఉంచుకునే దానికంటే మర్చిపోయేది చాలా ఎక్కువ.

నేను నేర్చుకున్న విషయాలు మళ్ళీ మళ్ళీ దర్శిస్తూ ఉంటాను. నాకు అంతా తెలుసునని నేను ఎన్నడూ అనుకోను. ఎందుకంటే నేర్చుకోవలసింది ఎప్పుడూ ఉంటూనేఉంటుంది.

ఈ పుస్తకం చదివినందుకు ధన్యవాదాలు.

మీ అభిప్రాయాలు తెలపండి: dariusforoux@gmail.com

– డారియస్

ఉచిత వార్తాలేఖనం

వార్తాలేఖ చందాదారులకు నేను ప్రతివారము ఒక ఇ మెయిల్ పంపుతూ ఉంటాను. అందులో

- సరికొత్త బ్లాగ్ పోస్ట్ లు, పాడ్ కాస్ట్ లు, పుస్తకాల సిఫార్సులు
- రాబోయే నా పుస్తకాలు, పాఠ్యాంశాల ప్రత్యేక దర్శనం,
- పరస్పర సంపర్కంలో ఉండే అవకాశము ఉంటాయి.

నా వార్తాలేఖ సభ్యులు ఒక సంగం అవుతారు. అక్కడ జ్ఞానం పంచుకుంటారు. ప్రతిపుష్టి దొరుకుతుంది.

మీరు కూడా చేరదలుచుకుంటే http:/dariusforoux.com/newsletter/ కు వెళ్లి సభ్యులుగా చేరండి. లేదా ద్వారా నాకు ఇ మెయిల్ పంపి సబ్జెక్ట్ స్థానంలో న్యూస్ లెటర్ (dariusforoux@gmail.com) అని వ్రాయండి.

త్వరలో మాట్లాడండి

డారియస్